## ಡಾ. ಡಿ.ಎಸ್. ಚೌಗಲೆ

ಸಮಕಾಲೀನ ಕನ್ನಡ ನಾಟಕಕಾರರಲ್ಲಿ ಡಾ. ಡಿ.ಎಸ್. ಚೌಗಲೆ ಅವರು ಪ್ರಮುಖರು. ಬೆಳಗಾವಿ ಜಿಲ್ಲೆ ಅವಿಭಜಿತ ಚಿಕ್ಕೋಡಿ ತಾಲೂಕಿನ ಬೇಡಕಿಹಾಳ ಗ್ರಾಮದಲ್ಲಿ ಜೂನ್ ೧೦, ೧೯೬೧ರಂದು ಜನಿಸಿದ ಅವರು ಧಾರವಾಡದ ಕರ್ನಾಟಕ ವಿಶ್ವವಿದ್ಯಾಲಯದಲ್ಲಿ ಕನ್ನಡ ಎಮ್.ಎ. ಸ್ನಾತಕೋತ್ತರ ಪದವಿ ಪಡೆದರು. ಬೆಳಗಾವಿಯ ಭಾವುರಾವ ಕಾಕತಕರ ಕಾಲೇಜಿನಲ್ಲಿ ಕನ್ನಡ ಪ್ರಾಧ್ಯಾಪಕರಾಗಿ ಸೇವೆ ಸಲ್ಲಿಸಿ ನಿವೃತ್ತರಾಗಿದ್ದಾರೆ. ಕನ್ನಡ, ಮರಾಠಿ ಭಾಷೆಯ ನಡುವೆ ಅನುಸಂಧಾನವೊಂದನ್ನು ಸೃಷ್ಟಿಸಿರುವ ಅವರು ಎರಡೂ ಭಾಷೆಯ ಮೇಲೆ ಪ್ರಭುತ್ವ ಹೊಂದಿದವರು.

'ದಿಶಾಂತರ', 'ವಖಾರಿಧೂಸ', 'ಕಸ್ತೂರಬಾ', 'ಉದ್ವಸ್ಥ', 'ಉಚಲ್ಯಾ', 'ಜನಮಿತ್ರ ಅರಸು', 'ತಮಾಶಾ', 'ಸಾವಿತ್ರಿಬಾಯಿ ಫುಲೆ', 'ಡಿ.ಎಸ್. ಚೌಗಲೆಯವರ ಏಳು ನಾಟಕಗಳು' ಇವು ಅವರ ಬಹುಚರ್ಚಿತ ನಾಟಕಗಳು. ಒಟ್ಟು ಹದಿನೈದು ನಾಟಕಗಳು. ೧೯೯೮ರಲ್ಲಿ ಮೈಸೂರಿನ ರಂಗಾಯಣ ಪ್ರಯೋಗಿಸಿದ ಅನುವಾದಿತ ನಾಟಕ 'ಗಾಂಧಿ ವರ್ಸಸ್ ಗಾಂಧಿ' ಕನ್ನಡ ರಂಗಭೂಮಿಯಲ್ಲಿ ಹೊಸ ಸಂಚಲನ ಉಂಟು ಮಾಡಿ ಒಂದು ಮೈಲುಗಲ್ಲಾಯಿತು. ಅದು ೨೦೨೦ರ ತನಕ ೨೨ ವರ್ಷಗಳವರೆಗೆ ಸುದೀರ್ಘ ಪ್ರಯೋಗ ಕಂಡದ್ದು ಒಂದು ದಾಖಲೆ. 'ಗಾಂಧಿ–ಅಂಬೇಡಕರ', 'ಪೇಯಿಂಗ್ ಗೆಸ್ಟ್', 'ಕಿರವಂತ', 'ಶುದ್ಧವಂಶ', 'ಚದುರಂಗ ಮತ್ತು ಕತ್ತೆ', 'ಸತ್ಯಶೋಧಕ' ಮುಂತಾದ ಮಹತ್ವದ ನಾಟಕಗಳನ್ನು ಕನ್ನಡಕ್ಕೆ ಕೊಟ್ಟಿದ್ದಾರೆ.

'ನೆರಳುಗಳು' ಅನುವಾದಿತ ಕಾದಂಬರಿ, 'ನಿನ್ನ ಮೇಲೆ ಸಿಟ್ಟಿಲ್ಲ ಮಾಯೀ' ಆಯ್ದ ಮರಾಠಿ ಕತೆಗಳ ಸಂಕಲನ, 'ಮರಾಠಿ ಕೈದಿಗಳ ಕವಿತೆಗಳು' ವಿವಿಧ ಕಾರಾಗೃಹದಲ್ಲಿರುವ ಸಾಮಾನ್ಯ ಕಾರಾಗೃಹವಾಸಿಗಳು ಬರೆದ ಕವಿತೆಗಳ ಕವನ ಸಂಕಲನ–ಇವು ಪ್ರಮುಖ ಅನುವಾದಿತ ಕೃತಿಗಳು.

'ವಾರಸಾ', 'ಒಡಲ ಉರಿಯ ಹೊತ್ತು', 'ಚೌಗಲೆ ಕತೆಗಳು', 'ಜಂಗು ಹಿಡಿದ ಬ್ಲೇಡು', 'ಸೀಮಿಗೊಂದ ಅಟಾಟಿ' ಅವರ ಕಥಾಸಂಕಲನಗಳು. 'ಸುಡು ಕಾವಿನ ಒಣ ಎಲೆ'ಕವನ ಸಂಕಲನ. 'ಕನ್ನಡ–ಮರಾಠಿ ಆಧುನಿಕ ರಂಗಭೂಮಿ'ಸಂಶೋಧನ ಕೃತಿ. ಪ್ರಜಾವಾಣಿಯಲ್ಲಿ ಎರಡು ವರ್ಷ ಅವಧಿಗೆ ತಿಂಗಳಿಗೊಂದರಂತೆ ಬರೆದ ಅಂಕಣ ಬರಹಗಳ ಸಂಕಲನ 'ಖಾತೆಕೀರ್ದಿ' ಪ್ರಕಟವಾಗಿದೆ.

ಮುಂಬಯಿ ವಿಶ್ವವಿದ್ಯಾಲಯದ 'ಜಾನಪದ ನಾಟಕ ವಿಭಾಗ', ಔರಂಗಾಬಾದನ ಡಾ. ಬಿ.ಆರ್. ಅಂಬೇಡಕರ ಮರಾಠವಾಡಾ ವಿಶ್ವವಿದ್ಯಾಲಯದ 'ನಾಟಕ ವಿಭಾಗ', ಮಹಾರಾಷ್ಟ್ರ ನಾಂದೇಡದ ಸ್ವಾಮಿ ರಾಮಾನಂದತೀರ್ಥ ಮರಾಠವಾಡಾ ವಿಶ್ವವಿದ್ಯಾಲಯದ 'ನಾಟಕ ವಿಭಾಗ', ಕೊಲ್ಲಾಪುರದ ಶಿವಾಜಿ ವಿಶ್ವವಿದ್ಯಾಲಯದ 'ನಾಟಕ ವಿಭಾಗ'ದಲ್ಲಿ ಮರಾಠಿ ರಂಗತಜ್ಞರಾಗಿ ಸದ್ಯ ಸೇವೆ ಸಲ್ಲಿಸುತ್ತಿದ್ದಾರೆ.

ಡಾ ಚೌಗಲೆ ಚಿತ್ರಕಲಾವಿದರೂ ಹೌದು. ಇವರ ಕಲಾಪ್ರದರ್ಶನಗಳು ಮುಂಬೈ, ಪುಣೆ, ಬೆಂಗಳೂರು, ಚೆನ್ನೈ, ಹೈದರಾಬಾದ, ಕೊಚ್ಚಿನ್,ದಿಲ್ಲಿ ಸೇರಿದಂತೆ ಹಲವೆಡೆ ಏಕವ್ಯಕ್ತಿ ಹಾಗೂ ಗ್ರುಪ್ ಚಿತ್ರಕಲಾ ಪ್ರದರ್ಶನಗಳು ನಡೆದಿವೆ. ೨೦೧೭ರಲ್ಲಿ ಟರ್ಕಿ ದೇಶದ ಎಸ್ಕಿಸೆಹರ್‌ನ ಹ್ಯಾನ್‌ನಲ್ಲಿ ಹತ್ತು ದಿನಗಳವರೆಗೆ ಜರುಗಿದ ಅಂತರಾಷ್ಟ್ರೀಯ ಚಿತ್ರಕಲಾ ಸಿಂಪೋಜಿಯಮ್‌ನಲ್ಲಿ ಪಾಲ್ಗೊಂಡಿದ್ದಾರೆ. ಚಿತ್ರಕಲೆ ಮತ್ತು ರಂಗಭೂಮಿ ಕುರಿತು ಹಲವು ಕೃತಿಗಳನ್ನು ರಚಿಸಿದ್ದಾರೆ.

ಹಿಮಾಚಲ ಪ್ರದೇಶದ ಸಿಮ್ಲಾದ ಪ್ರತಿಷ್ಠಿತ ಸಂಸ್ಥೆ 'ದಿ ಇಂಡಿಯನ್ ಇನ್‌ಸ್ಟಿಟ್ಯೂಟ್ ಆಫ್ ಅಡ್ವಾನ್ಸ್ ಸ್ಟಡೀಜ್'ನ ವೇದಿಕೆಯಲ್ಲಿ ಕನ್ನಡ ಜಾನಪದ ರಂಗಭೂಮಿಯ ಸಣ್ಣಾಟ ಮತ್ತು ದೊಡ್ಡಾಟಗಳ ವಿಷಯವಾಗಿ ವಿಶೇಷ ಆಹ್ವಾನಿತರಾಗಿ ಉಪನ್ಯಾಸ ನೀಡಿದ್ದಾರೆ.

ಮರಾಠಿ ಭಾಷೆಯ 'ಕ್ಯಾರಿ ಆನ್ ಮರಾಠಾ' ಚಲನಚಿತ್ರಕ್ಕೆ ಕನ್ನಡ ಸಂಭಾಷಣೆ ರಚಿಸಿರುವರು. ಇದೇ ವರ್ಷ ಕನ್ನಡದ ಮೊದಲ ಮಹಿಳಾ ದಲಿತ ಆತ್ಮಕತೆ ಆಧರಿಸಿದ ಚಿತ್ರ 'ಮಾತಂಗಿ ದೀವಟಿಗೆ'ಯಲ್ಲಿ ಪ್ರಧಾನ ಪಾತ್ರ ನಿರ್ವಹಿಸಿದ್ದಾರೆ.

ಕರ್ನಾಟಕ ನಾಟಕ ಅಕಾಡೆಮಿ ನೀಡುವ 'ನಾಟಕಕಾರ ಪ್ರಸಸ್ತಿ', ಕರ್ನಾಟಕ ಅನುವಾದ ಸಾಹಿತ್ಯ ಅಕಾಡೆಮಿ ಕೊಡ ಮಾಡುವ 'ಗೌರವ ಪ್ರಶಸ್ತಿ', ದಿಶಾಂತರ ನಾಟಕಕ್ಕೆ ಮೈಸೂರಿನ ಪ್ರತಿಷ್ಠಿತ 'ಚದುರಂಗ ಪ್ರಶಸ್ತಿ', ಮತ್ತು 'ಜೋಳದರಾಶಿ ದೊಡ್ಡನಗೌಡ' ಪ್ರಶಸ್ತಿ, ಕನ್ನಡ–ಮರಾಠಿ ರಂಗಭೂಮಿ ಸೇವೆಗೆ ಮುಂಬಯಿ ಕರ್ನಾಟಕ ಸಂಘದ 'ವರದರಾಜ ಆದ್ಯ ಪ್ರಶಸ್ತಿ' ಸೇರಿದಂತೆ ೧೬ ಪುರಸ್ಕಾರಗಳು ಇವರಿಗೆ ಸಂದಿವೆ. ದಿಶಾಂತರ, ವಖಾರಿಧೂಸ ನಾಟಕಗಳು ಮರಾಠಿ ಮತ್ತು ಇಂಗ್ಲೀಷ್‌ಗೆ, ಉದ್ವಸ್ಥ ನಾಟಕ ಮರಾಠಿ, ಹಿಂದಿಗೆ ಅನುವಾದಗೊಂಡಿವೆ. 'ಕಾಳಾಚಾ ಪಾವುಲಖುಣಾ' ಆಯ್ದ ಮರಾಠಿಗೆ ಅನುವಾದಗೊಂಡ ಚೌಗಲೆಯವರ ಕತೆಗಳು.

ಕರ್ನಾಟಕ ನಾಟಕ ಅಕಾಡೆಮಿ, ಕರ್ನಾಟಕ ಲಲಿತಕಲಾ ಅಕಾಡೆಮಿ ಮತ್ತು ರಂಗಾಯಣಗಳ ರಂಗಸಮಾಜದ ಸದಸ್ಯರಾಗಿ ಸೇವೆ ಸಲ್ಲಿಸಿದ್ದಾರೆ.

# ಜನಮಿತ್ರ ಅರಸು

ನಾಟಕ

ಡಾ. ಡಿ.ಎಸ್. ಚೌಗಲೆ

ವೀರಲೋಕ

ವೀರಲೋಕ ಬುಕ್ಸ್ ಪ್ರೈ.ಲಿ.
# 207, 2ನೇ ಮಹಡಿ, 3ನೇ ಮೇನ್, ಚಾಮರಾಜಪೇಟೆ
ಬೆಂಗಳೂರು–560018. ಮೊಬೈಲ್: 70221 22121
ಇಮೇಲ್: veeralokabooks@gmail.com
ವೆಬ್‌ಸೈಟ್: www.veeralokabooks.com

**JANAMITRA ARASU**
A play written by **Dr. D.S. Chougale**

Published by:
**VEERALOKA BOOKS PVT. LTD.**
# 207, 2nd Floor, 3rd Main
Chamarajpet, Bengaluru-560018

Mobile : +91 7022122121
E-mail : veeralokabooks@gmail.com
Website: www.veeralokabooks.com



Price : Rs. 80/-
Pages : 64
First Impression : 2023

Paper used : 70 GSM NS Maplitho
Book size : 1/8th Demy

ISBN : 978-93-94942-65-3

Cover page illustration by : Madan C.P.
Inner pages design by : Vijaya Vikram

**VEERALOKA FAMILY**
Anand Rach - Anantha Kunigal - RajVishnu - Govind Vishnu
Vishwajith - Mamatha - Parvathi - Sai Raghav

ಜೀತದಾಳುಗಳಾಗಿ ಬೆವರು ಹರಿಸಿ ಉತ್ತಿ ಬಿತ್ತಿ ಬೆಳೆತಂದು
ಜಮೀನದಾರರ ಹಗೇವು ತುಂಬಿ ಹಸಿದ ಕರುಳ ಜೀವಗಳಿಗೆ,
ಹೇಸಿಗೆಗೆ ಮನಸ್ಸು ಕೊಂದು ಬದುಕಿದ ಭಂಗಿ ಬದುಕಿನ ಚೇತನಗಳಿಗೆ,
ಹಾಗೂ
ಜೀತ ಪದ್ಧತಿ ನಿರ್ಮೂಲನ ಕಾನೂನು, ಮಲ ನಿಷೇಧ ಕಾನೂನು ಮತ್ತು
ಉಳುವವನೇ ಭೂ ಒಡೆಯ ಕಾನೂನು ತಂದ
ಸಾಮಾಜಿಕ ಸುಧಾರಣೆಯ ಹರಿಕಾರ **ಡಿ. ದೇವರಾಜ ಅರಸ**ರ
ದಿವ್ಯ ಚೇತನಕ್ಕೆ...

# ಮುನ್ನುಡಿ

ಡಾ. ಡಿ.ಎಸ್. ಚೌಗಲೆಯವರ 'ಜನಮಿತ್ರ ಅರಸು' ನಾಟಕದ ಶೀರ್ಷಿಕೆ ನೋಡಿದಾಗ ಇದೊಂದು ಬಯೊಪಿಕ್ ಕಥಾಹಂದರದ ನಾಟಕವೆಂದು ಮೇಲುನೋಟಕ್ಕೆ ಅನಿಸಿದರೂ ನಾಟಕದಲ್ಲಿ ಬರುವ ಸಾಮಾನ್ಯ ಪಾತ್ರಗಳು ಬದಲಾದ ಕಾಲಘಟ್ಟದಲ್ಲಿ ಆ ಪಾತ್ರಗಳ ಯಶಸ್ಸಿನ ಜೀವನ ಗಾಥೆಯನ್ನೇ ನಾಟಕಕಾರು ಪ್ರಮುಖವಾಗಿಸಿ ನಾಟಕೀಯ ವಾಸ್ತವತೆಯನ್ನು ಹಿಡಿದಿಟ್ಟಿದ್ದಾರೆ.

ಮಾನ್ಯ ಶ್ರೀ ಸಿದ್ದರಾಮಯ್ಯನವರ ನೇತೃತ್ವದ ಕರ್ನಾಟಕ ಸರಕಾರ ನಾಡಿನ ಧೀಮಂತ ನಾಯಕ ದೇವರಾಜ ಅರಸು ಅವರ ಜನ್ಮ ಶತಮಾನೋತ್ಸವ ಆಚರಣೆಗೆ ಶ್ರೀ ಎಚ್. ವಿಶ್ವನಾಥ್ ಅವರ ನಾಯಕತ್ವದಲ್ಲಿ ಒಂದು ಸಾಂಸ್ಕೃತಿಕ ಸಮಿತಿಯನ್ನು ರಚನೆ ಮಾಡಿತು. ಕೆ.ಎಮ್.ನಾಗರಾಜು ಉಪಾಧ್ಯಕ್ಷರಾಗಿ ಕನ್ನಡ ಮತ್ತು ಸಂಸ್ಕೃತಿ ಇಲಾಖೆ ನಿರ್ದೇಶಕರಾಗಿದ ಕೆ.ಎ. ದಯಾನಂದರು ಸದಸ್ಯ ಕಾರ್ಯದರ್ಶಿಯಾಗಿ ಕಾರ್ಯ ನಿರ್ವಹಿಸಿದರು. ನಾಡಿನ ಹಲವಾರು ವಿದ್ವಾಂಸರನ್ನೊಳಗೊಂಡ ವಿವಿಧ ಕ್ಷೇತ್ರಗಳಲ್ಲಿ ಅರಸು ಅವರ ಕೊಡುಗೆಗಳ ಅಧ್ಯಯನದ ಮೂಲಕ ದಾಖಲಿಸಲು ಉಪ ಸಮಿತಿಗಳ ರಚನೆ ಮಾಡಿತು. ನಾಟಕ ಕಲೆಯ ಸಮಿತಿಗೆ ನನ್ನನ್ನು ಅಧ್ಯಕ್ಷನಾಗಿ ನಿಯುಕ್ತಗೊಳಿಸಿ ಡಾ. ಕೆ.ವೈ. ನಾರಾಯಣಸ್ವಾಮಿ, ಶಂಕರಯ್ಯ ಘಂಟಿ ಮುಂತಾದವರನ್ನು ಸಮಿತಿಯ ಸದಸ್ಯರಾಗಿ ಕಾರ್ಯ ನಿರ್ವಹಿಸುವ ಜವಾಬ್ದಾರಿ ವಹಿಸಿತು.

ದಲಿತ, ಹಿಂದುಳಿದ, ಅಲ್ಪ ಸಂಖ್ಯಾತ ವರ್ಗಗಳ ಅಭಿವೃದ್ಧಿ ಪರ್ವ ಕರ್ನಾಟಕದಲ್ಲಿ ಎಪ್ಪತ್ತರ ದಶಕದಲ್ಲಿ ಆರಂಭವಾಯಿತು ಎನ್ನಬಹುದು. ಕರ್ನಾಟಕ ಏಕೀಕರಣ ನಂತರವೂ ವಿಶಾಲ ಮೈಸೂರು ರಾಜ್ಯವೆಂದು ಹೆಸರಾಗಿದ್ದದ್ದು 'ಕರ್ನಾಟಕ'ವೆಂಬ ಹೊಸ ಹೆಸರಿನಿಂದ ಜನತೆಯ ಬದುಕನ್ನು ಹಸಿರಾಗಿಸುವ ನಿಟ್ಟಿನಲ್ಲಿ ಸಾಂಸ್ಕೃತಿಕ ಅಸ್ಮಿತೆಯನ್ನು ಕನ್ನಡಿಗರಿಗೆ ತಂದು ಕೊಡುವುದು ಮೊದಲ ಆದ್ಯತೆಯಾಗಿತ್ತು. ಜೊತೆಗೆ ರೂಢಿಗತ ಪ್ರಭುತ್ವದ ಅಧಿಕಾರ ಕೇಂದ್ರವನ್ನು ಪ್ರಜಾಪ್ರಭುತ್ವದ ಪ್ರಭುಗಳಾದ ಜನರ ಬಳಿಗೆ ವಿಸ್ತರಿಸಲು ವಿಕೇಂದ್ರಿಕರಣದ ಮೂಲಕ ಸಾಮಾಜಿಕ, ಆರ್ಥಿಕ ಅಭಿವೃದ್ಧಿಗೆ ಕರ್ನಾಟಕದಲ್ಲಿ ಆಡಳಿತದ

ಬಾಗಿಲು ತೆರೆಯಬೇಕಿತ್ತು. ಡಿ.ದೇವರಾಜ ಅರಸು ತಾವು ಅಧಿಕಾರದಲ್ಲಿದ್ದಾಗ ಈ ಕೆಲಸಗಳನ್ನು ಚಾಣಾಕ್ಷತನದಿಂದ ಮಾಡಿದರು.

ಬಲಾಢ್ಯ ಸಮುದಾಯಗಳ ಹಿಡಿತದಲ್ಲಿದ್ದ ರಾಜ್ಯದ ಆಡಳಿತ ಅಧಿಕಾರವನ್ನು ನಿರ್ಲಕ್ಷಿತ ಸಮುದಾಯಗಳ ಕೈಗೆ ದಕ್ಕಲು ಶ್ರೀಸಾಮಾನ್ಯರ ಅರಸನಾಗಿ ಹೊಸ ಪ್ರಜಾಡಳಿತದ ಪಂಚಾಂಗವನ್ನೇ ರಚಿಸಿ ಆಡಳಿತದ ಶಕ್ತಿ ಕೇಂದ್ರವಾದ ವಿಧಾನ ಸಭೆಯ ಒಳಗೂ–ಹೊರಗೂ ದಮನಿತ ಜಾತಿ ಜನಾಂಗದವರು ತಮ್ಮ ಧ್ವನಿ ಎತ್ತಲು ಅವಕಾಶ ಕಲ್ಪಿಸಿ ತಳಸಮುದಾಯಗಳ ನಾಯಕತ್ವಕ್ಕೆ ಚಾಲನೆ ನೀಡಿದರು.

ಇಂಥ ಅರಸು ಅವರ ಜನ್ಮ ಶತಮಾನೋತ್ಸವ ನಿಮಿತ್ತ ಇಡೀ ವರ್ಷ ಸಾಂಸ್ಕೃತಿಕ ಕಾರ್ಯಕ್ರಮಗಳ ರೂಪಿಸಲು ನಮ್ಮ ಸಮಿತಿ ರಾಜ್ಯದ ಪ್ರಸಿದ್ಧ ರಂಗ ನಿರ್ದೇಶಕರು ಮತ್ತು ಆಯ್ದ ರಂಗತಂಡಗಳ ಮೂಲಕ ಅರಸು ಅವರ ಕ್ರಾಂತಿಕಾರಕ ಕೊಡುಗೆಗಳನ್ನು ಜನರ ಮುಂದಿಡುವ ಪ್ರಯತ್ನವಾಗಿ ಪ್ರಯೋಗಶೀಲ ಬರಹಗಾರರನ್ನು ಆಹ್ವಾನಿಸಿ ಕಾರ್ಯಾಗಾರ ಆಯೋಜಿಸಿ ನಾಟಕ ರಚನೆ ಮತ್ತು ನಾಟಕ ಕೃತಿಗಳ ಪ್ರದರ್ಶನವನ್ನು ಯುವಕಲಾವಿದರ ಮೂಲಕ ರಾಜ್ಯದ ಮುವತ್ತು ಜಿಲ್ಲೆಗಳಿಗೂ ಕಲಾತ್ಮಕವಾಗಿ ತಲುಪಿಸುವುದಾಗಿತ್ತು.

ಕಲಬುರ್ಗಿ ಕಂದಾಯ ವಿಭಾಗದಿಂದ ಕನ್ನಡ–ಮರಾಠಿ ಭಾಷೆಗಳ ಸಮನ್ವಯ ನಾಟಕಕಾರರಾಗಿ ಖ್ಯಾತರಾಗಿರುವ ಕಲಾವಿದ ಡಾ. ಡಿ.ಎಸ್. ಚೌಗಲೆಯವರು ತಮ್ಮ ಅನುವಾದ ನಾಟಕಗಳಾದ 'ಗಾಂಧಿ ವಿರುದ್ಧ ಗಾಂಧಿ', ಗಾಂಧಿ–ಅಂಬೇಡಕರ', 'ತಮಾಶಾ' ಮುಂತಾದ ನಾಟಕಗಳಲ್ಲದೇ ಸ್ವತಂತ್ರ ನಾಟಕಗಳಾದ 'ವಖಾರಿಧೂಸ', 'ಉದ್ವಸ್ಥ', 'ಕಸ್ತೂರಬಾ', 'ಸಾವಿತ್ರಿಬಾಯಿ ಫುಲೆ' ನಾಟಕಗಳನ್ನು ಬೆಳಗಾವಿ ದೇಸಿನುಡಿಗಟ್ಟಿನ ಜವಾರಿ ಕನ್ನಡದಲ್ಲಿ ರಚಿಸಿ ಖ್ಯಾತರಾಗಿರುವರು. ಡಿ.ದೇವರಾಜ ಅರಸು ಅವರ ಸಾಮಾಜಿಕ ಕೊಡುಗೆಗಳ ಕುರಿತು ನಾಟಕ ರಚಿಸಿಕೊಡಲು ಕೇಳಿಕೊಂಡಾಗ ಸಾಮಾಜಿಕ ಕಳಕಳಿ ಹೊಂದಿರುವ ಚೌಗಲೆ ಒಪ್ಪಿಕೊಂಡು ರಚಿಸಿಕೊಟ್ಟ ರೂಪಕವೇ 'ಜನಮಿತ್ರ ಅರಸು' ನಾಟ್ಯಕಲಾಕೃತಿ. ಇದು ಒಂದು ಯೋಜನೆಯ ಉದ್ದೇಶಕ್ಕೆ ರಚನೆಗೊಂಡದ್ದು. ರಂಗಕೃತಿಯಾಗಿ ನಿರ್ದೇಶಕರ ಕಲ್ಪನೆ ನಟರ ಕ್ರಿಯಾಶೀಲ ಅಭಿನಯದ ಮೂಲಕ ಪ್ರಯೋಗವಾಗಿ ಯಶಸ್ಸನ್ನು, ಪ್ರೇಕ್ಷಕರಿಂದ ಮೆಚ್ಚುಗೆಯ ಮಾತುಗಳನ್ನು ಪಡೆದ ನಾಟಕ. ಈಗ ನಾಟಕ ಕೃತಿಯಾಗಿ ಓದುಗರ ಕೈ ಸೇರುತ್ತಿರುವುದು ಸಂತಸದ ಸಂಗತಿ.

ನಾಟಕ ಪ್ರಕಾರ ಪ್ರಮುಖವಾಗಿ ಪುರಾಣ, ಚರಿತ್ರೆ, ಐತಿಹ್ಯ, ಜಾನಪದ ಲೋಕದ ಕಥಾ ವಸ್ತುವನ್ನು, ರಾಜ ಮಹಾರಾಜರ ಯುದ್ಧ, ಪ್ರಣಯ, ಪೌರುಷ, ಕ್ರೌರ್ಯ, ಹಿಂಸೆ, ಪ್ರಸಂಗಗಳನ್ನೇ ಆಕರವಾಗಿ ಬಳಸಿಕೊಂಡು ವೈಭವೀಕರಿಸುವ, ಇಲ್ಲವೇ ಧಾರ್ಮಿಕ ಆಚರಣೆಯಾಗಿಸಿರುವ ಪ್ರದರ್ಶಕ

ಕಲೆಗಳ ಮೂಲಮಂತ್ರವಾಗಿರುವುದನ್ನು ಯಥೇಚ್ಛವಾಗಿ ಕಾಣಬಹುದು. ಭಾರತದಂತಹ ಬಹುತ್ವ ಸಂಸ್ಕೃತಿ ಮತ್ತು ಭಾಷೆಗಳನ್ನು ಪುರೋಹಿತಶಾಹಿಗಳು ಪ್ರಭುತ್ವದ ಮುಖೇನ ತನ್ನ ಕೈಗೊಂಬೆಯಾಗಿಸಿಕೊಂಡ ತತ್ವಜ್ಞಾನ ಮತ್ತು ತಾರತಮ್ಯದ ವರ್ಣಾಶ್ರಮ ಪದ್ಧತಿಯನ್ನು ಮತ ಮೌಢ್ಯ ಸಂಸ್ಕೃತಿಯ ಆಚರಣೆಗೆ ಇಳಿಸಿ ಅದರ ಪ್ರಚಾರಕ್ಕೆ ಶತ ಶತಮಾನಗಳಿಂದ ಲಲಿತ ಕಲೆಗಳಾದ ನೃತ್ಯ, ನಾಟಕ, ಸಂಗೀತ, ಶಿಲ್ಪ, ಚಿತ್ರಕಲೆಗಳು ವ್ಯವಸ್ಥಿತವಾಗಿ ಬಳಕೆಯಾಗಿವೆ. ಆಧುನಿಕ ಯುಗದಲ್ಲೂ ತಂತ್ರಜ್ಞಾನ ಮತ್ತು ದೃಶ್ಯ ಮಾಧ್ಯಮಗಳು ರೋಚಕವಾಗಿ ವಿಜೃಂಭಿಸುವ ತತ್ವಜ್ಞಾನದ ಪರಂಪರೆ ಇಲ್ಲಿಯದು. ಇದಕ್ಕೆ ಪ್ರತಿರೋಧ ತೋರಿದ ಜೀವಪರ, ಜನಪರ ಚಾರ್ವಾಕ, ಶ್ರಮಣ ತಾತ್ವಿಕ ಧಾರೆಗಳನ್ನು ಹಿನ್ನೆಲೆಗೆ ಸರಿಸಿದ ಪಿತೂರಿಯ ಕಥನವೂ ನಮ್ಮ ಮುಂದಿದೆ. ಪ್ರಕೃತಿ ಸಹಜ ಜೀವನಕ್ಕೆ ಹಿಂಸೆ–ಅಹಿಂಸೆ ಪಥ ತೋರಿದ ವೈರುಧ್ಯವೇ ವೈದಿಕ ಧರ್ಮದ ಮೂಲ ತತ್ವವಾಗಿದೆ. ದುಷ್ಟ ಶಿಕ್ಷಣ–ಶಿಷ್ಟ ರಕ್ಷಣ, ಶ್ರೇಷ್ಠ–ಕನಿಷ್ಠ, ಇಹ–ಪರ ದ್ವಿರುಕ್ತಿಗಳ ಎದುರಾಗಿಸಿ ವೈಭವೀಕರಿಸಿದ ದ್ವಂದ್ವ ನಿಲುವುಗಳ ಸಂಕಥನವನ್ನು ಜನತೆಯ ಮೇಲೆ ಹೇರಿದ್ದನ್ನು ಚರಿತ್ರೆಯನ್ನು ಗಮನಿಸಿದರೆ ತಿಳಿದು ಬರುತ್ತದೆ.

ಇಂದಿನ ಪ್ರಜಾಪ್ರಭುತ್ವ ವ್ಯವಸ್ಥೆಯಲ್ಲೂ ಜನಪರ ಕಾರ್ಯಕ್ರಮಗಳನ್ನು ರೂಪಿಸಿ ಜಾರಿಗೆ ತರಲು ಈ ರೂಢಿಗತ ಧಾರ್ಮಿಕ ವಿಧಿ ವಿಧಾನಗಳ ಪರಂಪರೆ ಅಷ್ಟು ಸುಲಭವಾಗಿ ಬಿಡದಿರುವುದನ್ನು ಅರಿತ್ತಿದ್ದ ಅರಸುರವರು ಶಾಸನ ಸಭೆಯಲ್ಲಿ ಕಠಿಣ ಕಾನೂನಿನ ಮೂಲಕ ನೂತನ ಶಾಸನವಾಗಿಸಿ ಜಾರಿಗೊಳಿಸಲು ಮುಂದಾದರು.

ಡಾ. ಡಿ.ಎಸ್. ಚೌಗಲೆಯವರ ನಾಟಕ 'ಜೀತಪದ್ಧತಿ ಮುಕ್ತಿ, ತಲೆ ಮೇಲೆ ಮಲ ಹೊರುವ ಅನಿಷ್ಟ ಪದ್ಧತಿ, ಉಳುವವನೇ ಹೊಲದೊಡೆಯ ಮತ್ತು ಜನತಾ ವಸತಿ ಗೃಹ' ಈ ನಾಲ್ಕು ಮೂಲಭೂತ ವಿಷಯಗಳ ಕುರಿತು ಚರ್ಚಿಸುತ್ತದೆ. ನಾಗರಿಕತೆಯನ್ನೇ ನಾಚಿಸುವ ಅನಾಗರಿಕ ಸಂಸ್ಕೃತಿಯ ಅತ್ಯಂತ ಹೀನ ಪದ್ಧತಿ 'ತಲೆ ಮೇಲೆ ಮಲ ಹೊರುವ ಪದ್ಧತಿ', ಇದು ಜಾತಿ ಮತ ಭೇದದಿಂದ ಉದ್ಭವಿಸಿದ ಒಂದು ಅನಿಷ್ಟ ಪದ್ಧತಿ. ಹಿಂದು ಧರ್ಮ ಒಂದು ಜನಾಂಗವನ್ನೇ ನಾಲ್ಕು ಚಾತುರ್ವರ್ಣಗಳಾದ ಬ್ರಾಹ್ಮಣ, ಕ್ಷತ್ರಿಯ, ವೈಶ್ಯ, ಶೂದ್ರವರ್ಗದವರ ಸೇವೆ ಸಲ್ಲಿಸಲು, ಮೇಲ್ವರ್ಗದವರ ಹೇಸಿಗೆ ಸ್ವಚ್ಛಗೊಳಿಸುವುದು ದೇವ ನಿಯಮದ ಧರ್ಮವೆಂದು ನಂಬಿಸಿ ಗುಲಾಮರನ್ನಾಗಿಸಿತು. ವರ್ಣ ವ್ಯವಸ್ಥೆಯ ವಿರುದ್ಧ ತಿರುಗಿ ಬಿದ್ದ ಇಲ್ಲಿನ ಮೂಲನಿವಾಸಿಗಳನ್ನ ಊಳಿಗಮಾನ್ಯ ವ್ಯವಸ್ಥೆ ಕೃಷಿಕ ಕೂಲಿಕಾರ್ಮಿಕರನ್ನಾಗಿ ಆಹಾರ ಉತ್ಪಾದನೆ ಮಾಡುವ ಕಾಯಕದಲ್ಲಿ ತೊಡಗಿಸಿ ಹಸಿವಿನ ವಂಚನೆಯ ಸುಳಿಗೆ ಬಹುಸಂಖ್ಯಾತರನ್ನು ನೂಕಿತು. ಇಂದು ಸಹ ಜಾಗತಿಕ ಅಂಕಿ ಸಂಖ್ಯೆಯಲ್ಲಿ ಹಸಿವಿನಿಂದ ನರಳುವ

ಯಾದಿಯಲ್ಲಿ ಭಾರತ ನೂರ ಆರನೇ ಸ್ಥಾನದಲ್ಲಿದೆ ಎಂಬ ಸುದ್ದಿ ಗೌರವ ತರುವ ಸಂಗತಿಯಾಗಿಲ್ಲ. ಈ ರೂಪಕವು ನಮ್ಮಲ್ಲಿ ಸಂಸ್ಕೃತಿ, ಪರಂಪರೆಯ ಹೆಸರಲ್ಲಿ ಜೀವಂತವಾಗಿರುವ ಅನಿಷ್ಟ ಪದ್ಧತಿಗಳ ಸಾರ್ವತ್ರಿಕವಾಗಿ ಇಂದಿಗೂ ಸತ್ಯವಾಗಿರುವುದನ್ನು ಗಮನಿಸುವಂತೆ ಪ್ರೇರೇಪಿಸುತ್ತದೆ.

ಏಳು ದೃಶ್ಯಗಳ ಈ ರೂಪಕದಲ್ಲಿ ಮೂರು ದೃಶ್ಯಗಳು ಜಾದೂಗಾರ ರಂಗವೇದಿಕೆಯಲ್ಲಿ ನಡೆಸುವ ಕಣ್ಣುಕಟ್ಟಿನ ಜಾದು ಆಟಕ್ಕೆ ನಾಟಕಕಾರರು ನಿಗದಿಯಾಗಿಸದೆ, ವಾಸ್ತವ ಬದುಕಿನ ಆಟದ ನಾಟಕಕ್ಕೆ ಸೂತ್ರಧಾರನಾಗಿ ಜಾದೂಗಾರ ಬಳಸುವ ಪರಿಕರಗಳು ಮಾತ್ರ ಕಣ್ ಕಟ್ಟಿನ ಪರಿಕರಗಳಾಗದೆ 'ಮಲಹೊರುವ ಬುಟ್ಟಿ' ಅಕ್ಷರ ಬರೆವ, ಆಡಳಿತದ ಅಧಿಕಾರ ಚಲಾಯಿಸುವ ಲೇಖನಿಯಾಗಿ (ಪೆನ್ನು) ರೂಪಾಂತರವಾಗುವುದು, ಕುರುಪಿ, ಸಲಾಕೆ, ಗುದ್ದಲಿ ಕೃಷಿ ಪರಿಕರಗಳ ಹಿಡಿದು ಉಳ್ಳವರ ಭೂಮಿಯಲ್ಲಿ ಆಳಾಗಿ ಉತ್ತು ಬಿತ್ತಿ ದಗದ ಮಾಡುತ್ತಿರುವ ಕೈಗಳಿಗೆ ಸಲೀಸಾಗಿ ಭೂಮಿಯ ಮಾಲಿಕತ್ವದ ಅಧಿಕಾರ ಪತ್ರ ಕೈಶವಾಗುವ ಜಾದು! ಜೀವನವಿಡೀ ಒಬ್ಬ ಮನುಷ್ಯನ ಕೈಕೆಳಗೆ ಇನ್ನೊಬ್ಬ ಮನುಷ್ಯನ ಜಮೀನ್ದಾರಿ ವ್ಯವಸ್ಥೆಯ ಜೀತಗಾರಿಕೆಯಿಂದ ಮುಕ್ತಿ ಪಡೆದು: ದೈಹಿಕ ಮಾನಸಿಕವಾಗಿ ಸ್ವತಂತ್ರನಾಗುವ ಅಸಲಿ ಜಾದೂ ಪ್ರದರ್ಶನ ಕಾನೂನಿನ ಮೂಲಕ ಆಗುವ ಆಟಮಾಟವನ್ನು ಹಾಡುಗಳ ಮೂಲಕ ನಾಟಕ ನಿರೂಪಿಸುತ್ತದೆ.

ನಾಟಕದ ಎರಡನೇ ದೃಶ್ಯದಲ್ಲಿ ಬರುವ ಬಾಬುರಾವ ಹಿಂದೆ ತಲೆಮೇಲೆ ಮಲ ಹೊರುವ ತಾಯಿಯೊಬ್ಬಳ ಮಗ. ಕೈಯಿಂದಲೇ ಮಲಬಾಚುವ ಅದೇ ಕೈಯಿಂದ ಅಡಿಗೆ ಮಾಡಿದ ಅನ್ನ ತಿನ್ನುವಾಗ ಹೇಸಿಗೆ ವಾಸನೆ ಮೂಗಿಗೆ ಬಡಿದು ವಾಕರಿಕೆ ಬರಲು ಕಾರಣ ತಾಯಿಯ ಮಲಬಾಚುವ ಕೆಲಸ. ಮನಸಲ್ಲಿ ಹೊಲಸಿನ ವಾಸನೆಯಾಗಿ ನೆಲೆಗೊಂಡಿರುವದು. ಆ ಮನಸನ್ನು ಶಿಕ್ಷಿಸಲು ತನ್ನ ತಾಯಿ ಮಾಡುವ ಕೆಲಸವನ್ನು ತಾನು ಮಾಡುವ ಹಠ ತೊಟ್ಟು ಅದರ ಹೇಸಿಗೆ ಅನುಭವದ ಆ ಕೆಲಸದ ಮೂಲಕ ಪಡೆಯುವುದು, ಅದರಿಂದ ಮುಕ್ತಿಗೆ ಅಕ್ಷರವೇ ಮದ್ದು ಎಂದು ಅರಿತು ಉನ್ನತ ಮಟ್ಟದ ಶಿಕ್ಷಣ ಪಡೆದು ತನ್ನ ತಾಯಿ ಮತ್ತು ತನ್ನ ಜನಾಂಗದ ಮಂದಿ ಸೋಜಿಗ ಪಡುವ ಅಧಿಕಾರಿಯಾಗಿ ಬದಲಾಗುವುದು ಸಾಮಾಜಿಕ ಜಾದುವೇ ಆಗಿದೆ. ಅಕ್ಷರದ ಅರಿವು ಮಲ ಹೊರುವ ಪದ್ಧತಿಯಿಂದ ಬಿಡುಗಡೆಗೆ ಕಾರಣವಾದ ಪ್ರಸಂಗ ಮಾನನೀಯವಾಗಿದೆ. ಬಾಜಿರಾಯನ ಮತ್ತು ಸಾಮಾಜಿಕ ಕಾರ್ಯಕರ್ತ ಸಿದಗೌಡನ ಸಂವಾದದಲ್ಲಿ ಮೂರು ತಲೆಮಾರಿನ ಕತೆಯ ಸುರಳಿ ಬಿಚ್ಚಿಕೊಳ್ಳುತ್ತದೆ. ಬಾಜೀರಾಯನ ತಂದೆ ಬಾಬುರಾವ, ಅವನ ತಾಯಿ ನಾಲ್ಕನೇ ಇಯತ್ತೆ ಕಲಿತವಳು. ಮಗ ಬಾಬುರಾವನನ್ನು ಮಲ ಹೊರುವ ಕೆಲಸದ ಜೊತೆಗೆ ಓದಿಗೆ ಹಚ್ಚಿದ್ದರಿಂದ

ಮೀಸಲಾತಿಯಿಂದ ಒಂದು ಸಣ್ಣ ಸರ್ಕಾರಿ ಉದ್ಯೋಗ ದೊರಕಿರುವುದನ್ನು ದೃಶ್ಯ ಮನದಟ್ಟು ಮಾಡುತ್ತದೆ. ಬಾಜಿರಾವನ ಅಜ್ಜಿ ತಮ್ಮ ಜನಾಂಗದ ಸಾಹಿತಿ ಬಾಬುರಾವ ಬಾಗುಲರರಂತೆ ಸಾಧನೆ ಮಾಡಲು ಪ್ರೇರೇಪಿಸುವ ಬಾಲಕಾಂಡದ ಫ್ಲಾಶ್ ಬ್ಯಾಕ್ ದೃಶ್ಯಗಳ ಚಿತ್ರಣ ಒಂದು ಸಣ್ಣ ಕಾನೂನು ಎಂಥಾ ಬದಲಾವಣೆ ತರಬಲ್ಲದು ಎಂಬುದನ್ನು ವಿವರಿಸುತ್ತದೆ.

ನಾಟಕದ ಮತ್ತೊಂದು ದೃಶ್ಯದಲ್ಲಿ ಸಮಾಜಶಾಸ್ತ್ರ ಕಲಿಸುವ ಪ್ರೊ. ಗೌರಿಯ ಸಾಧನೆಯ ಕತೆ ಬಿಚ್ಚಿಕೊಳ್ಳುತ್ತದೆ. ಜೊತೆಗೆ ಡಾ. ಕಲ್ಲೂರ ಪ್ರೊ. ಗೌರಿಯ ಅಸಲಿ ಕತೆಯನ್ನು ಕುತೂಹಲದಿಂದ ವಿದ್ಯಾರ್ಥಿಗಳು ಆಲಿಸುವಂತೆ ರಾಜ್ಯದ ರಾಜಕೀಯ ಜನಪರ ಆಡಳಿತದ ಬಗ್ಗೆ ಗಮನ ಹರಿಸಲು ಒತ್ತಾಯಿಸುವ ಸಾಮಾನ್ಯ ಜೀತಗಾರ ರಾಮಪ್ಪನ ಮಗಳಾದ ಗೌರಿ ಶಿಕ್ಷಣದಿಂದ ಮೀಸಲಾತಿ ಮಸೂದೆ ಕಲ್ಪಿಸಿದ ಸೌಲಭ್ಯದಿಂದ ಅಭಿವೃದ್ಧಿಯ ಮಾರ್ಗ ತೆರೆದುಕೊಂಡದ್ದನ್ನು ದೃಶ್ಯ ಮನೋಜ್ಞವಾಗಿ ಚಿತ್ರಿತವಾಗಿದೆ.

ನಮ್ಮ ನಾಟಕ ಪರಂಪರೆಯೂ ಈ ಲೋಕದ ಎಲ್ಲರೂ ಪರಸ್ಪರ ಸಂಬಂಧಿಗಳೇ ಎಂಬುದನ್ನು ಮರೆತು ವ್ಯವಹರಿಸುವ ಚಾಳಿಗೆ ಬಿದ್ದಿದೆ. 'ಇದು ಆಗುತ್ತಲೇ ಇರುವ ಜಗತ್ತು; ಈಗಾಗಲೇ ಆಗಿ ಇರುವುದಲ್ಲ. ಜಗತ್ತಿನಲ್ಲಿ ಜಾತಿ, ಧರ್ಮ, ದೇಶ ಎಲ್ಲವೂ ಪೊಳ್ಳು. ಇಡೀ ಜಗತ್ತು ಸಂಬಂಧದ ಒಂದು ಜಾಲ. ಸದಾ ಬದಲಾಗುತ್ತ ಹರಿಯುತ್ತಿರುವ ಲೋಕಪ್ರವಾಹದಲ್ಲಿ ನಾವೆಲ್ಲ ಇದ್ದೇವೆ. ಧರ್ಮ, ಲಿಂಗ, ಜಾತಿ, ದೇಶದ ಕಾರಣವನ್ನು ಮುಂದಿಟ್ಟು ಇನ್ನೊಂದು ಜೀವಿಯ ಬದುಕನ್ನು ಕಿತ್ತುಕೊಳ್ಳಲು ಯಾರಿಗೂ ಹಕ್ಕಿಲ್ಲ. ಸಂಬಂಧ ಉಂಟಾದರೆ ಬದುಕು; ಇಲ್ಲವಾದರೆ ಸಾವು. ಆದುದರಿಂದ ಜೀವ ಜಗತ್ತಿನ ಬಗೆಗೆ ಕರುಣೆ ಮೈತ್ರಿಯಿಂದ ವರ್ತಿಸುವುದು ಮಾತ್ರ ನಿಜವಾದ ಧರ್ಮ.' ಇದು ಬುದ್ಧ ಪ್ರತಿಪಾದಿಸಿದ ಸಮುತ್ಪಾದ ತತ್ವದ ತಿರುಳು. ಅರಸು ಸಂಪುಟದಲ್ಲಿ ಪೌರಾಡಳಿತ ಸಚಿವರಾಗಿದ್ದ ಬಿ. ಬಸವಲಿಂಗಪ್ಪ ಬುದ್ಧನ ಈ ತತ್ವ ಅರಿತವರಾದ್ದರಿಂದ ತಲೆಮೇಲೆ ಮಲಹೊರುವ ಪದ್ಧತಿಯನ್ನು ನಿಷೇಧಿಸುವ ಪ್ರೇರಣೆ ನೀಡಿತು ಎನಿಸುತ್ತದೆ. ಯಾರು ಯಾರಿಗೂ ವೈರಿಗಳಲ್ಲದ ನಾಡನ್ನು ಕಟ್ಟುವ ನಿಟ್ಟಿನಲ್ಲಿ ಇಂತಹ ಸಮಕಾಲೀನ ಸಂಕಟಗಳಿಗೆ ತುಡಿಯುವ ಕೃತಿಯಾಗಿ ಓದುಗರ ಮುಂದೆ ಇದೆ.

ಚೌಗಲೆಯವರ ದೇಸಿ ಭಾಷೆಯ ನುಡಿಗಟ್ಟುಗಳು ನಾಟಕದ ಪಾತ್ರಗಳು ರಂಗದಲ್ಲಿ ಸಹಜವಾಗಿ ಇರಲು ಇಂಬುಕೊಡುತ್ತವೆ. ಸಾಮಾಜಿಕ ನ್ಯಾಯಕ್ಕಾಗಿ ಶೋಷಿತ ವರ್ಗಗಳ ನಿರಂತರ ಒತ್ತಾಯದ ಜಾಗೃತಿಗೆ ಈ ನಾಟಕ ಧ್ವನಿಗೂಡಿಸುವ ಕಾರಣಕ್ಕಾಗಿ ಇಷ್ಟವೂ ಆಗುತ್ತದೆ.

**–ಸಿ. ಬಸವಲಿಂಗಯ್ಯ**

# ನನ್ನ ಮಾತು

ಕರ್ನಾಟಕ ರಾಜ್ಯ ಕಂಡ ಅಪರೂಪದ ಮುಖ್ಯಮಂತ್ರಿ, ಸಾಮಾಜಿಕ ಸುಧಾರಣೆಯ ಹರಿಕಾರ ಡಿ.ದೇವರಾಜ ಅರಸು ಅವರು. ಅವರ ಜನ್ಮ ಶತಮಾನೋತ್ಸವ ಅಂಗವಾಗಿ ರಾಜ್ಯ ಸರಕಾರ ವಿವಿಧ ಕಾರ್ಯ ಯೋಜನೆಗಳನ್ನು 2016 ರಲ್ಲಿ ಹಮ್ಮಿಕೊಂಡಿತ್ತು. ಅವುಗಳಲ್ಲಿ ನಾಟಕಗಳ ರಚನೆ ಮತ್ತು ಪ್ರಯೋಗ ಸಹ ಒಂದು. ಆದಕಾರಣ ಡಿ.ದೇವರಾಜ ಅರಸು ಜನ್ಮ ಶತಮಾನೋತ್ಸವ ಕಾರ್ಯಕಾರಿ ಸಮಿತಿ ಒಂದನ್ನು ರಚಿಸಲಾಗಿತ್ತು. ಇವು ರಾಜ್ಯಾದ್ಯಂತ ನಡೆಯುವ ಕಾರ್ಯಕ್ರಮಗಳು. ಅದಕ್ಕೊಂದು ಸಾಂಸ್ಕೃತಿಕ ಸಮಿತಿ, ಉಪಸಮಿತಿಗಳನ್ನು ರಚಿಸಿದ್ದರು. ಹಿಂದುಳಿದ ವರ್ಗಗಳ ಕಲ್ಯಾಣ ಇಲಾಖೆ ಮತ್ತು ಕನ್ನಡ ಮತ್ತು ಸಂಸ್ಕೃತಿ ಇಲಾಖೆಗಳು ಸಹ ಈ ಶತಮಾನೋತ್ಸವ ಕಾರ್ಯಕ್ರಮಗಳಲ್ಲಿ ಭಾಗಿಯಾಗಿ ಕೈಜೋಡಿಸಿದ್ದವು. ರಂಗನಿರ್ದೇಶಕ ಸಿ.ಬಸವಲಿಂಗಯ್ಯ ಅಧ್ಯಕ್ಷರು, ಕೆ.ಎಮ್.ನಾಗರಾಜ್ ಉಪಾಧ್ಯಕ್ಷರು ಹಾಗೂ ಉಳಿದ ಸಾಂಸ್ಕೃತಿಕ ಉಪಸಮಿತಿಗಳಲ್ಲಿ ಕನ್ನಡ ಮತ್ತು ಸಂಸ್ಕೃತಿ ಇಲಾಖೆಯ (ಅಂದಿನ) ನಿರ್ದೇಶಕ ಕೆ.ಎ.ದಯಾನಂದ, ಕಾ.ತ.ಚಿಕ್ಕಣ್ಣ, ಕೆ.ವೈ.ನಾರಾಯಣಸ್ವಾಮಿ, ಎಮ್. ಆರ್.ಸತ್ಯನಾರಾಯಣ, ಶ್ರೀಮತಿ ಕೃಪ ಫಡಕೆ ಅವರಿದ್ದರು.

ಕಂದಾಯ ವಲಯಕ್ಕೊಂದರಂತೆ ನಾಲ್ಕು ನಾಟಕಗಳು ರಚನೆಗೊಂಡು ಪ್ರಯೋಗಕ್ಕೆ ಸಿದ್ಧಗೊಳ್ಳಬೇಕು. ಇದು ಕಾರ್ಯ ಯೋಜನೆ. ಬೆಳಗಾವಿ, ಕಲಬುರ್ಗಿ, ಮೈಸೂರು ಮತ್ತು ಬೆಂಗಳೂರು ಕಂದಾಯ ವಲಯಗಳು. ಅದಕ್ಕಾಗಿ ಕಾರ್ಯಾಗಾರ ಒಂದನ್ನು ಶ್ರೀರಂಗಪಟ್ಟಣದಲ್ಲಿ ಏರ್ಪಡಿಸಲಾಯಿತು. ಸಿ.ಬಸವಲಿಂಗಯ್ಯ ಮತ್ತು ಕೆ.ವೈ.ನಾರಾಯಣಸ್ವಾಮಿ ಅದರ ಸಂಚಾಲಕರು. ಅಲ್ಲಿ ದೇವರಾಜ ಅರಸು ಅವರ ನಿಕಟವರ್ತಿಗಳು ಮತ್ತು ಅರಸು ಅವರ ಸಾಧನೆಗಳನ್ನು ಬಲ್ಲವರೊಂದಿಗೆ ಒಂದು ಸಂವಾದ, ಚರ್ಚೆಯ ಶಿಬಿರವಿತ್ತು. ಆ ಶಿಬಿರಕ್ಕೆ ವೈಯಕ್ತಿಕವಾಗಿ ನಾನು ಹೋಗಲಿಲ್ಲ. ಅದೇ ಕಾಲದಲ್ಲಿ ಕರ್ನಾಟಕ ನಾಟಕ ಅಕಾಡೆಮಿ ಹಮ್ಮಿಕೊಂಡ ನಾಟಕ ರಚನಾ ಶಿಬಿರಕ್ಕೆ ಒಪ್ಪಿದ್ದೆ. ರಾಮನಗರದಲ್ಲಿ ಜರುಗುವ ಆ ಶಿಬಿರದಲ್ಲಿ ನಾಟಕ ರಚನೆಗಳ ಕುರಿತು

ಸಂಪನ್ಮೂಲ ವ್ಯಕ್ತಿಯಾಗಿದ್ದರಿಂದ ಶ್ರೀರಂಗಪಟ್ಟಣದ ಶಿಬಿರದಲ್ಲಿ ಭಾಗಿಯಾಗಲು ಆಗಲಿಲ್ಲ.

ಬೆಳಗಾವಿ ವಲಯಕ್ಕೆ ರಾಜಪ್ಪ ದಳವಾಯಿ, ಮೈಸೂರು ವಲಯ ವಿಭಾಗಕ್ಕೆ ಕವಿತಾ ರೈ, ಬೆಂಗಳೂರು ಕೆ.ವೈ.ನಾರಾಯಣಸ್ವಾಮಿ ಹಾಗೂ ಕಲಬುರ್ಗಿ ವಲಯಕ್ಕೆ ನಾನು. ನನಗೆ ಅರಸು ಕುರಿತು ನಾಟಕ ರಚನೆಗೆ ಬಹು ಅಮೂರ್ತ ಎನಿಸುವ ವಿಷಯ ನೀಡಿದರು. ದೇವರಾಜ ಅರಸು ಅವರು ಅನುಷ್ಠಾನಗೊಳಿಸಿದ ಸಾಮಾಜಿಕ ಸುಧಾರಣೆಯ ಯೋಜನೆಗಳು ಮತ್ತು ಅದರ ಫಲಾನುಭವಿಗಳ ಹಿನ್ನೆಲೆಯಲ್ಲಿ ನಾಟಕ ರಚಿಸಲು ಕೇಳಿಕೊಂಡರು. ದೇವರಾಜ ಅರಸರು ಹಲವಾರು ಸಮಾಜಮುಖಿ ಕಾನೂನುಗಳನ್ನು ತಂದವರು. ನಾಟಕದಲ್ಲಿ ಎಲ್ಲೂ ಅರಸು ಅವರ ಪಾತ್ರವಿಲ್ಲ. ಅವರ ಸಮಾಜಮುಖಿ ಚಿಂತನೆ ಕೇಂದ್ರಿಕರಿಸಿ ನಾಟಕ ರೂಪಗೊಳ್ಳಬೇಕು. ಮಲ ನಿಷೇಧ ಕಾನೂನು, ಜೀತ ಪದ್ಧತಿ ವಿಮೋಚನೆ, ಉಳುವವನೆ ಭೂ ಒಡೆಯ ಪ್ರಮುಖವಾದವುಗಳು.

ಇಂಥವೊಂದು ಅಮೂರ್ತ ಆಶಯವನ್ನು ನಿಭಾಯಿಸುವುದು ಸವಾಲಿನ ಕೆಲಸ. ಪಠ್ಯದೊಳಗೆಯೆ ಕಥಾನಕ ಹುಟ್ಟಿ ಹೆಣೆದು ನಾಟಕದ ರೂಪು ಧರಿಸುತ್ತ ಸಾಗಬೇಕು. ಅದಾಗದಿದ್ದರೆ ಅದು ಡಾಕುಮೆಂಟರಿ ಆಗುವ ಅಪಾಯವೂ ಇತ್ತು. ಆಗ ನನ್ನ ನೆರವಿಗೆ ಬಂದದ್ದು ಮರಾಠಿ ದಲಿತ ಸಾಹಿತ್ಯ. ಅದರ ವ್ಯಾಪಕ ಓದು ಇದ್ದುದರಿಂದ ಕೊಂಚ ಉಸಿರಾಡುವಂತಾಯಿತು. ಅದರಲ್ಲಿ ಮಲ ಹೊರುವ 'ಭಂಗಿ' ಸಮುದಾಯದಿಂದ ಬಂದ ಖ್ಯಾತ ದಲಿತ ಸಾಹಿತಿ ಬಾಬುರಾವ ಬಾಗುಲರು ಬರೆದ ಕತೆ 'ವಿದ್ರೋಹ' ಜ್ಞಾಪಕಕ್ಕೆ ಬಂತು. ಅದರಲ್ಲಿ ಕಥಾನಾಯಕ ಬಾಲಕ. ಆತ ಮಲ ಎತ್ತುವ ಪ್ರಸಂಗದ ಅನುಭವವು ಭೀಬತ್ಸವಾದುದು. ವಾಕರಕೆ ತರಿಸುವಂಥದ್ದು. ಅದು ನನಗೆ ಪ್ರೇರಣೆಯಾಯಿತು. ಅಂಥ ಕತೆ ಬರೆದ ಬಾಬುರಾವ ಬಾಗುಲರಿಗೆ ಋಣಿಯಾಗಿರುವೆ.

ಹಾಗೆಯೆ ಅದಕ್ಕೆ ಮತ್ತು ಉಳಿದ ಯೋಜನೆಗಳಿಗೆ ಕತೆ ಕಟ್ಟಲು ನನ್ನ ಗ್ರಾಮೀಣ ಬದುಕಿನ ಅನುಭವಗಳು ನೆರವಿಗೆ ಧಾವಿಸಿದವು. ಅವುಗಳನ್ನು ನಾಟ್ಯಕತೆಗಳ ವಿನ್ಯಾಸಕ್ಕೆ ಒಗ್ಗಿಸಿಕೊಂಡು ರಚಿಸಿದೆ. ಅರಸರು ಎಲ್ಲೂ ಪಾತ್ರದ ಒಂದು ರೂಪವಾಗಿ ಕಾಣದಿದ್ದರೂ ಅವರ ಸಾಮಾಜಿಕ ತುಡಿತ ಹಾಗು ಸುಧಾರಣೆಯ ಸಾಧನೆಗಳು ಕತೆಗಳಾಗಿ, ಪಾತ್ರವಾಗಿ ಕಾಣತೊಡಗಿದವು. ಆಗ ನಾಟಕ ಸಿದ್ಧಗೊಂಡಿತು. ಅದಕ್ಕೆ 'ಜನಮಿತ್ರ ಅರಸು' ಎಂಬ ತಲೆಬರಹ ನೀಡಿದೆ. ಹಾಗೂ ನಾಟಕದ ಒಂದು ಓದನ್ನು ಸಮಿತಿಯವರ ಎದುರು ನೀಡಿದೆ. ಒಪ್ಪಿದರು.

ದಿಲ್ಲಿಯ ಎನ್.ಎಸ್.ಡಿ ಯಲ್ಲಿ ವ್ಯಾಸಂಗ ಮಾಡಿದ ಹೊಸಪೇಟೆಯ ಸಹನಾ ಪಿಂಜಾರ 'ಜನಮಿತ್ರ ಅರಸು' ನಾಟಕದ ನಿರ್ದೇಶಕರಾಗಿ ಗೊತ್ತಾದರು.

ಹೊಸಪೇಟೆಯ ಭಾವೈಕ್ಯತಾ ವೇದಿಕೆಯ ಎಂಟು ಕಲಾವಿದರು ಸೇರಿದಂತೆ ರಾಜ್ಯದ ಇತರ ಇಪ್ಪತ್ತೆರಡು ವೃತ್ತಿಪರ ಕಲಾವಿದರು ಒಟ್ಟುಗೂಡಿ ನಾಟಕದ ತಾಲೀಮು ನಡೆಸಿದರು. ಅದು ಇಪ್ಪತ್ತು ದಿನಗಳ ವರೆಗೆ ನಡೆಯಿತು. ನಾಟಕ ಸಿದ್ಧಗೊಂಡಿತು. ಅದರ ಮೊದಲ ಪ್ರಯೋಗ ಜುಲೈ 31, 2016 ರಂದು ಮೈಸೂರಿನ ಕಲಾಮಂದಿರದಲ್ಲಿ ನಡೆಯಿತು. ಅಂದಿನ ಕನ್ನಡ ಪ್ರಭದ 'ಭಾನುವಾರ ಪುರವಣಿ' ಯಲ್ಲಿ ನಾಟಕದ ಒಂದು ದೃಶ್ಯ ಮತ್ತು ನನ್ನ ಸಂದರ್ಶನವನ್ನು ಮಿತ್ರ ಕುಮಾರ ಎಸ್ ಪ್ರಕಟಿಸಿದರು. ಇಡೀ ಮೊದಲ ಪುಟ ದೇವರಾಜ ಅರಸರ ಕಪ್ಪು ಬಿಳುಪು ಚಿತ್ರ ಮತ್ತು ಪಠ್ಯದಿಂದ ಕಂಗೊಳಿಸಿತ್ತು. ಮುಂದಿನ ಪುಟಕ್ಕೂ ವಿಸ್ತರಿಸಿತ್ತು. ಗೆಳೆಯ ಕುಮಾರ ಎಸ್ ಅವರ ಒಲವಿಗೆ ನನ್ನ ಕೃತಜ್ಞತೆಗಳು.

ಬೆಂಗಳೂರಿನ ಕಲಾಗ್ರಾಮದಲ್ಲಿ ಪ್ರಯೋಗವಿದ್ದಾಗ (18–08 2016) ಪ್ರಜಾವಾಣಿ ಪತ್ರಿಕೆಯು ತನ್ನ ಬೆಂಗಳೂರು ಅವೃತ್ತಿಯಲ್ಲಿ 'ಜನಮಿತ್ರ ಅರಸು' ನಾಟಕದ ದೃಶ್ಯದ ಚಿತ್ರ ಪ್ರಕಟಿಸಿತು. ಜೊತೆಗೆ ಸಹನಾ ಪಿಂಜಾರ ಮತ್ತು ಸಿ.ಬಸವಲಿಂಗಯ್ಯನವರ ಸಂದರ್ಶನವನ್ನೂ ಪ್ರಕಟಿಸಿತು. ಪ್ರಜಾವಾಣಿ ಬಳಗಕ್ಕೂ ಆಭಾರಿ.

ಈ ನಾಟಕವು ಕಲಬುರ್ಗಿ ವಲಯದಲ್ಲಿ ತಿರುಗಾಟ ನಡೆಸಿ ಬೆಂಗಳೂರಿನಲ್ಲಿ ಕೊನೆಗೊಂಡಿತ್ತು. ಅದು ಕೊನೆಗೊಂಡರೂ ನಾನು ಬೆಳಗಾವಿಗೆ ಕರೆಯಿಸಿ ನಾಟಕವನ್ನು ನಮ್ಮ ರಂಗಾಸಕ್ತರಿಗಾಗಿ ತೋರಿಸಿದ್ದೆ. ಹೀಗಾಗಿ ತಂಡದ ಸಕಲ ಕಲಾವಿದರಿಗೂ, ನಿರ್ದೇಶಕ ಸಹನಾಳಿಗೂ ಆಭಾರಿಯಾಗಿರುವೆ.

ದೇವರಾಜ ಅರಸು ಜನ್ಮ ಶತಮಾನೋತ್ಸವ ಕಾರ್ಯಕಾರಿ ಸಮಿತಿ, ಹಿಂದುಳಿದ ವರ್ಗಗಳ ಕಲ್ಯಾಣ ಇಲಾಖೆ ಮತ್ತು ಕನ್ನಡ ಮತ್ತು ಸಂಸ್ಕೃತಿ ಇಲಾಖೆಯ ಸರ್ವರಿಗೂ ವಂದನೆಗಳು. ಸಾಂಸ್ಕೃತಿಕ ಉಪ ಸಮಿತಿಯ ಅಧ್ಯಕ್ಷ ಸಿ.ಬಸವಲಿಂಗಯ್ಯ ಅವರು ಈ ನಾಟಕಕ್ಕೆ ಪ್ರೀತಿಯಿಂದ ಮುನ್ನುಡಿ ಬರೆದುಕೊಟ್ಟಿದ್ದಾರೆ. ಅವರಿಗೆ ಧನ್ಯವಾದಗಳು. ಉಪಸಮಿತಿಯ ಕೆ.ಎ.ದಯಾನಂದ, ಉಪಾಧ್ಯಕ್ಷ ಕೆ.ಎಮ್.ನಾಗರಾಜ್, ಸದಸ್ಯರಾದ ಕಾ.ತ. ಚಿಕ್ಕಣ್ಣ, ಕೆ.ವೈ.ನಾರಾಯಣಸ್ವಾಮಿ, ಎಮ್.ಆರ್.ಸತ್ಯನಾರಾಯಣ ಹಾಗು ಶ್ರೀಮತಿ ಕೃಪ ಫಡಕೆ ಅವರ ಸಹಕಾರಕ್ಕೆ ವಂದನೆಗಳು.

ಇಲಾಖೆಯವರು ಎಲ್ಲಾ ನಾಟಕಗಳನ್ನು ಒಟ್ಟಾಗಿಸಿ ಸಂಕಲನವನ್ನು ಪ್ರಕಟಿಸಬಹುದೆಂದು ಭಾವಿಸಿದ್ದೆ. ಕಾದೂ ನೋಡಿದೆ. ಹಾಗಾಗಲಿಲ್ಲ. ಅದಕ್ಕೆ 'ಜನಮಿತ್ರ ಅರಸು' ನಾಟಕವನ್ನು ಪ್ರಕಟಣೆಗೆ ಕೈಗೆತ್ತಿಕೊಂಡೆ. ರಂಗಾಸಕ್ತರೂ, ಅರಸು ಅಭಿಮಾನಿಗಳೂ ಓದಲಿ ಎಂದು. ನನ್ನ ಬಳಿಯಿದ್ದ ಈ ನಾಟಕದ ಪಠ್ಯ ಕಳೆದು ಹೋಗಿತ್ತು. ದೊರಕದೇ ಇದ್ದಾಗ ಸಾಕಷ್ಟು ತಿಂಗಳು, ವರುಷಗಳಷ್ಟು

ಶೋಧ ನಡೆಸಿದೆ. ಇಲಾಖೆಗಳಿಗೆ ಕೇಳಿದೆ. ಫಲ ಕಾಣಲಿಲ್ಲ. ಕೊನೆಗೆ ಅದರ ಪತ್ತೆ ಸಿಕ್ಕಿದ್ದು ಅತ್ಯಂತ ಸಂತೊಷದ ಸಂಗತಿಯೇ! ಹಾಗೆ ದೊರಕಿಸಿ ಕೊಟ್ಟಿದ್ದು ರಂಗಗೆಳೆಯ ಅನಂತಕುಮಾರ ದೊರೆ. ಥ್ಯಾಂಕ್ಸ್ ದೊರೆಗಳಿಗೆ.

ಮಿತ್ರ ಆರ್.ಎಚ್.ನಟರಾಜ್, ಡಾ. ನೆಲ್ಲುಕುಂಟೆ ವೆಂಕಟೇಶ್, ದಿಲಾವರ ರಾಮದುರ್ಗ, ಹಿರಿಯರಾದ ಡಾ.ಸಿ.ಎಸ್.ದ್ವಾರಕಾನಾಥ, ರವೀಂದ್ರ ಭಟ್ಟ, ಚಂದ್ರಕಾಂತ ಪೋಕಳೆ, ನೌಶಾದ್ ಬಿಜಾಪುರ್, ಸೂರಜ್ ಸ್ಟೀಫನ್ ಡಿಸೋಜಾ ಅವರಿಗೆ ಧನ್ಯವಾದಗಳು.

ನಾಟಕದ ಪ್ರಕಟಣೆಗೆ ಮುಂದಾದ ವೀರಲೋಕ ಪ್ರಕಾಶನದ ವೀರಕಪುತ್ರ ಶ್ರೀನಿವಾಸ ಹಾಗು ಉಸ್ತುವಾರಿ ವಹಿಸಿದ ಅನಂತ ಕುಣಿಗಲ್ ಅವರನ್ನು ನೆನೆವೆ. ನಾಟಕದ ಡಿಟಿಪಿ ಮಾಡಿಕೊಟ್ಟ ದಾವಣಗೆರೆಯ ವನಿತಾ ಜೈನ ಅವರಿಗೆ ಪ್ರೀತಿಯ ನೆನಕೆಗಳು. ಮುಖಪುಟ ಕಲಾವಿದರು, ಮುದ್ರಣ ಸಿಬ್ಬಂದಿಗಳನ್ನು ಮರೆಯಲು ಸಾಧ್ಯವೆ? ಅವರಿಗೂ ಥ್ಯಾಂಕ್ಸ್, ಕರಡು ತಿದ್ದುವಾಗ ಸಹಾಯ ಮಾಡಿದ ಮಡದಿ ಅನುಪಮಾ, ಬೆಂಗಳೂರಲ್ಲಿ ಉದ್ಯೋಗದಲ್ಲಿರುವ ಕಂದವ್ವಗಳಾದ ವಿನುತಾ, ಶ್ರೇಯಾರ ಮಮತೆಗೆ ಮಾತೇ ಇಲ್ಲ. ಲವ್ ಯೂ ಆಲ್!

ಯಾವತ್ತೂ ನನ್ನ ಕೃತಿಗಳನ್ನು ಓದುವ, ನಾಟಕಗಳನ್ನು ವೀಕ್ಷಿಸಿ ಅಭಿಪ್ರಾಯ ಸೂಚಿಸುವ ಸಕಲರಿಗೂ ಅನಂತ ವಂದನೆಗಳು.

**–ಡಿ.ಎಸ್. ಚೌಗಲೆ**
#716, 'ಚೌರಂಗ' ರಾಮತೀರ್ಥನಗರ
ಬೆಳಗಾವಿ–590015
ಮೊಬೈಲ್: 94482 31748

# ಪ್ರಕಾಶಕರ ನುಡಿ

ಕೇವಲ ಓದುಗನಾಗಿದ್ದಾಗ 'ಸಾಹಿತ್ಯ ಲೋಕ ಎನ್ನುವುದು ಜೇನುಗೂಡು, ಓದುಗನಿಗೆ ಸಿಹಿ ನೀಡುವುದಕ್ಕಾಗಿಯೇ ಆ ಜೇನುಗಳು ಒಟ್ಟಾಗಿರುತ್ತವೆ' ಎಂದು ಭಾವಿಸಿದ್ದವನು. ಪ್ರಕಾಶಕನಾದ ನಂತರ ಒಂದೊಂದೇ ಒಳಮರ್ಮಗಳ ದರ್ಶನವಾಗುತ್ತಿದೆ. ಅವುಗಳು ದಿಗಿಲುಗೊಳಿಸುತ್ತಿವೆ. ಇತ್ತೀಚೆಗಷ್ಟೇ ಪ್ರೀತಿಯ ಆಹ್ವಾನದ ಮೇರೆಗೆ ಒಂದು ಪುಸ್ತಕ ಬಿಡುಗಡೆ ಸಮಾರಂಭದಲ್ಲಿ ಭಾಗಿಯಾಗಿದ್ದೆ. ಸಾಹಿತ್ಯ ಲೋಕದೊಂದಿಗೆ ಒಂದೂವರೆ ವರ್ಷದ ಒಡನಾಟ ಇರುವುದ–ರಿಂದ ಯಾವುದೇ ಪುಸ್ತಕ ಬಿಡುಗಡೆ ಸಮಾರಂಭಕ್ಕೆ ಹೋಗಲಿ, ಅಲ್ಲೊಂದಷ್ಟು ಪರಿಚಿತರು ಇದ್ದೇ ಇರುತ್ತಾರೆ. ಇಲ್ಲೂ ಕೂಡ ಪರಿಚಿತರು ಸಿಗುವರೆಂಬ ನಂಬಿಕೆಯಿತ್ತು. ಅದು ಸುಳ್ಳಾಗಿತ್ತು.

ಅಚ್ಚರಿ ಎಂದರೆ 'ಕರೆದಾತ'ನೊಬ್ಬನ ಹೊರತಾಗಿ ಉಳಿದವರೆಲ್ಲರಿಗೂ ನಾನು ಅಪರಿಚಿತ. ಒಂದೂವರೆ ವರ್ಷದಲ್ಲಿ 65 ಕೃತಿಗಳನ್ನು ಪ್ರಕಟಿಸಿ, 45 ಸಾವಿರಕ್ಕೂ ಹೆಚ್ಚು ಕೃತಿಗಳನ್ನು ಮಾರಾಟ ಮಾಡಿ, ಹತ್ತಕ್ಕೂ ಹೆಚ್ಚು ಕಾರ್ಯಕ್ರಮಗಳನ್ನು ಆಯೋಜಿಸಿರುವೆ. ಸಾವಿರಾರು ಸಾಹಿತ್ಯಾಸಕ್ತರ ಜೊತೆ ಒಡನಾಡಿರುವೆ. ಆದರೆ, ಅಲ್ಲಿನ ಆ ಇನ್ನೂರು ಜನರನ್ನು ನನಗೆ ತಲುಪಲು ಆಗಿರಲೇ ಇಲ್ಲ. ಅವರೂ ನನ್ನ ಹತ್ತಿರ ಸುಳಿದಿರಲಿಲ್ಲ. ಯಾಕೆ ಹೀಗೆ? ಸಾಹಿತ್ಯ ಲೋಕ ಜೇನುಗೂಡಿನಂತಿಲ್ಲ ಎಂಬ ಸತ್ಯ ನನ್ನ ಅರಿವಿಗೆ ಈಗೀಗ ಬರುತ್ತಿದೆ. ಸಾಹಿತ್ಯ ಲೋಕ ವರ್ಗಗಳಾಗಿ ಹಂಚಿಹೋಗಿದೆ ಎನ್ನುವ ಕಟು ಸತ್ಯ ಬಾಧಿಸುತ್ತಿದೆ. ನನಗೇ ಗೊತ್ತಿಲ್ಲದಂತೆ ನನ್ನನ್ನೂ ಈ ಗ್ರೂಪಿಸಂ ವರ್ತುಲಕ್ಕೆ ಸೇರಿಸಿ ಬಿಟ್ಟಿದ್ದಾರಲ್ಲ ಎನ್ನುವ ವಿಷಾದ ಕಾಡುತ್ತಿದೆ. 'ಅವರ ಪುಸ್ತಕ ಇವರು ಓದಲ್ಲ, ಇವರ ಪುಸ್ತಕ ಅವರು ಮುಟ್ಟಲ್ಲ' ಎನ್ನುವ ವಾತಾವರಣ ಸೃಷ್ಟಿಯಾಗಿದೆ. ಹಾಗಾಗಿ ಅವರಿಗೆ ಇವರು, ಇವರಿಗೆ ಅವರು ಅಪರಿಚಿತರಾಗಿ ಉಳಿದು ಬಿಟ್ಟಿದ್ದಾರೆ ಅನಿಸುತ್ತಿದೆ.

ಪರಿಸ್ಥಿತಿ ಹೀಗಿರುವಾಗ ಪ್ರಕಾಶನ ಸಂಸ್ಥೆಯೊಂದು ಇನ್ನಷ್ಟು ಪಾರದರ್ಶಕವಾಗಿರಬೇಕಾದ, ಎಲ್ಲರನ್ನೂ ಒಳಗೊಳ್ಳಬೇಕಾದ ಅಗತ್ಯ ತುಸು ಹೆಚ್ಚೇ ಇದೆ ಎಂದು ಭಾವಿಸಿದ್ದೇನೆ. ಹೇಗೆಂದರೆ, ಪ್ರಕಾಶನ ಸಂಸ್ಥೆಯನ್ನು ಸಿನಿಮಾ ಥಿಯೇಟರಿನ ಹಾಗೆ ಇಟ್ಟುಕೊಳ್ಳಬೇಕಿದೆ. ಅಲ್ಲಿ ಯಾವ ಸಿನಿಮಾ ಬೇಕಾದರೂ ಬರಬಹುದು, ಯಾವ ಪ್ರೇಕ್ಷಕನಾದರೂ ವೀಕ್ಷಿಸಬಹುದು. ನನ್ನದೇನಿದ್ದರೂ ಥಿಯೇಟರ್, ಪರದೆ, ಧ್ವನಿ ವ್ಯವಸ್ಥೆಯನ್ನು ಸರಿಯಾದ ಸ್ಥಿತಿಯಲ್ಲಿಡುವುದಷ್ಟೇ!

ಅದೇ ಕ್ರಮದಲ್ಲಿ ನವೆಂಬರ್ ತಿಂಗಳಲ್ಲಿ ವಿವಿಧ ಲೇಖಕರ ಹನ್ನೊಂದು ಕೃತಿಗಳು ವೀರಲೋಕದಿಂದ ಬಿಡುಗಡೆ ಆಗುತ್ತಿವೆ. ಹೊಸಬರ ಕೃತಿಗಳನ್ನು

ಪ್ರೋತ್ಸಾಹಿಸುತ್ತಿದ್ದ ವೀರಲೋಕ ಇದೀಗ ಸಾಹಿತ್ಯ ಲೋಕದ ದಿಗ್ಗಜರ ಕೃತಿಗಳನ್ನು ಕನ್ನಡ ಸಾರಸ್ವತಲೋಕಕ್ಕೆ ನೀಡುತ್ತಿದೆ. ಅಬ್ದುಲ್ ರಶೀದ್, ಕೌಂಡಿನ್ಯ, ಡಾ. ಡಿ.ಎಸ್. ಚೌಗಲೆ, ಡಾ. ಲಕ್ಷ್ಮಣ ಕೌಂಟೆ, ವಿಕ್ರಮ ಹತ್ವಾರ, ಡಾ. ಡಿ. ಎಸ್. ಶ್ರೀನಿವಾಸ ಪ್ರಸಾದ್, ಪ್ರೇಮಾನಂದ ಕಾಮತ್, ಡಾ. ಗೀತಾ ಸುನೀಲ್ ಕಶ್ಯಪ್, ಸುಧಾ ಆಡುಕುಳ, ಸಂತೆಬೆನ್ನೂರು ಫೈಜ್ನಟ್ರಾಜ್, ಜಯರಾಮಾಚಾರಿ, ರವೀಂದ್ರ ವೆಂಶಿ ಅವುಗಳ ಲೇಖಕರು. ಈ ಎಲ್ಲಾ ಕೃತಿಗಳು ಇದುವರೆಗಿನ ವೀರಲೋಕದ ಕೃತಿಗಳಿಗಿಂತ ಭಿನ್ನವಾಗಿವೆ ಎಂಬ ಭರವಸೆ ಕೊಡುತ್ತಿದ್ದೇನೆ.

ಡಾ. ಡಿ.ಎಸ್. ಚೌಗಲೆ ಅವರು ನಾಡಿನ ಸಮಕಾಲೀನ ನಾಟಕಕಾರರಲ್ಲಿ ಮುಂಚೂಣಿಯಲ್ಲಿರುವವರು. ಹಾಗೆಯೇ ಕತೆಗಾರ ಮತ್ತು ಚಿತ್ರ ಕಲಾವಿದರು. ಕರ್ನಾಟಕ ನಾಟಕ ಅಕಾಡೆಮಿ, ಕರ್ನಾಟಕ ಅನುವಾದ ಸಾಹಿತ್ಯ ಅಕಾಡೆಮಿ ಪ್ರಶಸ್ತಿ ಪುರಸ್ಕೃತರಾಗಿರುವ ಶ್ರೀಯುತರ ಗಾಂಧಿ ವರ್ಸಸ್ ಗಾಂಧಿ ಬಹುಚರ್ಚಿತ ಮತ್ತು ಪ್ರಸಿದ್ಧ ನಾಟಕ. ಈ ನಾಡು ಕಂಡ ಶ್ರೇಷ್ಠ ಸಮಾಜ ಸುಧಾರಕ, ಮುತ್ಸದ್ದಿ ರಾಜಕಾರಣಿ ದೇವರಾಜು ಅರಸು ಅವರ ಸಮಾಜಮುಖಿ ಮತ್ತು ಜನಪರ ಕಾನೂನುಗಳ ಅನುಷ್ಠಾನ ಹಿನ್ನೆಲೆಯ 'ಜನಮಿತ್ರ ಅರಸು' ಎಂಬ ನಾಟಕವನ್ನು ರಚಿಸಿದ್ದಾರೆ. ಈ ನಾಟಕ 2016ರಲ್ಲಿ ಪ್ರಯೋಗಗೊಂಡು ತಿರುಗಾಟ ನಡೆಸಿತ್ತು. ಅರಸು ಅವರ ಜನಪರ ಕೆಲಸಗಳು, ತಂದಂತಹ ಸುಧಾರಣೆಗಳು ದೇಶದ ಯಾವುದೇ ಭಾಗದಲ್ಲೂ ಜಾರಿಕಂಡಿಲ್ಲ. ಅವರ ಸುಧಾರಣೆಗಳಾದ ಮಲ ಹೊರುವ ಪದ್ಧತಿ ನಿಷೇಧ, ಜೀತ ವಿಮುಕ್ತಿಯ ಕಾನೂನು, ಉಳುವವನೇ ಭೂ ಒಡೆಯ ತಳವರ್ಗದ ಬದುಕಿಗೆ ಬಲ ತುಂಬಿದ್ದವು. ಅದರಲ್ಲೂ ಅಮಾನುಷವಾದ ಮಲ ಹೊರುವ ಪದ್ಧತಿಯ ನಿಷೇಧವಂತೂ ಮನುಷ್ಯತ್ವದ ದ್ಯೋತಕವಾಗಿತ್ತು. ಈ ನಾಟಕದಲ್ಲಿ ಆ ಮಲಹೊರುವ ಪದ್ದತಿ ಅತ್ಯಂತ ಭೀಭತ್ಸ, ಕರುಣಾ ರಸದಿಂದ ರಚಿತವಾಗಿದೆ. ಅದು ಓದುಗರಲ್ಲಿ ಒಂದು ಕಂಪನವನ್ನು ಮೂಡಿಸುತ್ತದೆ ಎಂಬ ಭಾವನೆ ನಮ್ಮದು. ಅಂದ ಹಾಗೆ, ಇದು ವೀರಲೋಕದ ಮೊದಲ ನಾಟಕ ಕೃತಿ. ಇತ್ತೀಚೆಗಷ್ಟೇ ಐದು ಕವನ ಸಂಕಲಗಳನ್ನು ಪ್ರಕಟಿಸಿದ ವೀರಲೋಕ ಇದೀಗ ನಾಟಕ ಪ್ರಕಾರವನ್ನೂ ಪ್ರಕಟಿಸುತ್ತಿದೆ. ಸಾಹಿತ್ಯದ ಎಲ್ಲಾ ಪ್ರಕಾರಗಳಲ್ಲೂ ತೊಡಗಿಸಿಕೊಂಡಿರುವ ಖುಷಿ ನಮ್ಮದು.

ಓದಿನ ನಶೆ ನಿಮಗೇರಲಿ...

**ವೀರಕಪುತ್ರ ಶ್ರೀನಿವಾಸ**

ಪ್ರಕಾಶಕ, ವೀರಲೋಕ ಬುಕ್ಸ್

# ಪಾತ್ರಗಳು

**ಜಾದುಗಾರ**– ನಾಟಕದ ಕತೆಯ ನಿರೂಪಕ

**ಬಾಜಿರಾವ**– ದಲಿತ ಸಮುದಾಯದ ಅಧಿಕಾರಿ, ಬಾಬುರಾವನ ಪುತ್ರ

**ಬಾಬುರಾವ**– ಬಾಜಿರಾವನ ತಂದೆ

**ಸಿದಗೌಡ**– ಹಿರಿಯ ಲೇಖಕ, ಎಡಪಂಥೀಯ ಚಿಂತಕ, ಹೋರಾಟಗಾರ

**ತಾಯಿ**– ಬಾಬುರಾವನ ತಾಯಿ,ಬಾಜಿರಾವನ ಅಜ್ಜಿ

**ಮುಕಾದಮ್**– ಮಲ ಎತ್ತುವ ಕಚೇರಿಯ ಕಾರ್ಮಿಕರ ಗುತ್ತಿಗೆದಾರ

**ಕಾರ್ಮಿಕ**– ಮುಕಾದಮ್‌ನ ಕೈಕೆಳಗಿನ ಕಾರ್ಮಿಕ

**ಪ್ರೊ. ಗೌರಿ ದೊಡಮನಿ**– ಸಮಾಜ ಶಾಸ್ತ್ರದ ಅಧ್ಯಾಪಕಿ, ರಾಮಪ್ಪನ ಮಗಳು

**ಡಾ.ಕಲ್ಲೂರ**– ವೈದ್ಯ, ಪ್ರೊ.ಗೌರಿಯವರ ಎನ್ ಜಿ ಒ ಮಿತ್ರ

**ರಾಮಪ್ಪ**– ದೇವೇಂದ್ರ ಪಾಟೀಲರ ಜೀತದಾಳು, ಗೌರಿಯ ತಂದೆ

**ತಾರಕ್ಕ**– ರಾಮಪ್ಪನ ಮಡದಿ

**ದೇವೇಂದ್ರ ಪಾಟೀಲ**– ಜಮೀನುದಾರ

**ಇಂದುಮತಿ**– ದೇವೇಂದ್ರನ ಪತ್ನಿ, ತಾಯಿಗರುಳಿನ ಮಹಿಳೆ

**ಅಣ್ಣಪ್ಪ**– ರಾಮಪ್ಪನ ಸೋದರ

**ಬಸೂ, ಶಿವನಗೌಡ, ಕುಲಕರ್ಣಿ, ತಿಪಸೆಟ್ಟಿ, ಜೋಶಿಬುವಾ, ರುದ್ರಗೌಡ, ವೀರನಗೌಡ, ವಿದ್ಯಾರ್ಥೀ ಮತ್ತು ವಿದ್ಯಾರ್ಥಿನಿಯರು**

# ಪ್ರವೇಶ-೧

*(ರಂಗದ ಮಧ್ಯೆ ಜಾದುಗಾರ ತನ್ನ ವೇಷದಲ್ಲಿ ನಿಂತಿದ್ದಾನೆ. ಅವನ ಮೇಲಷ್ಟೆ ಬೆಳಕು. ನಿಧಾನಕ್ಕೆ ಸಂಗೀತ ಪ್ರಾರಂಭವಾಗುತ್ತದೆ. ಎರಡೂ ವಿಂಗಿನಿಂದ ಇನ್ನಷ್ಟು ವೇಷಧಾರಿಗಳು ಜತೆಗೂಡಿ ನೃತ್ಯ ಮತ್ತು ಜಾದುವಿನ ಭಂಗಿಗಳಲ್ಲಿ ಕುಣಿವರು. ಜಾದುಗಾರ ತನ್ನ ಜಾದುವಿನಿಂದ ಒಂದು ಮಲ ತುಂಬುವ ಬುಟ್ಟಿ ಸೃಷ್ಟಿಸುತ್ತಾನೆ. ಅದು ಸಾಂಕೇತಿಕ ರೂಪದಲ್ಲಿ ನೃತ್ಯದ ಉದ್ದಕ್ಕೂ ಇರುತ್ತದೆ. ನೃತ್ಯ ಮುಗಿದ ಬಳಿಕ ಉಳಿದವರು ನಿರ್ಗಮಿಸುವರು. ಬುಟ್ಟಿ ಹಿಡಿದ ಜಾದುಗಾರ ಮಾತ್ರ ಇರುವನು.)*

**ಹಾಡು:**

**ದೀನರ ಬಾಳಿಗೆ ಬೆಳಕಾದ ಅರಸ ನಮ್ಮ ಸಮತೆಯ ಅರಸ**
**ಸಮಾಜವಾದದ ಸವಿಯ ಉಣಬಡಿಸಿದ ತಾಯ್ಗರುಳ ಅರಸ**
**ಬದಲಾವಣೆ ಮಿಂಚನ್ನ ಝುಳಪಿಸಿದವರು**
**ಅವರೇ ಅವರೇ ನಮ್ಮವರೇ ದೇವರಾಜ ಅರಸರು ॥**

**ಉಳುವವರ ಹೆಗಲಿನ ನೊಗ ತಾ ಹೊತ್ತವರು**
**ಉಳ್ಳವರ ಪಾಲನು ಹಸಿದವರಿಗೆ ಹಂಚಿದರು**
**ಶಿಕ್ಷಣ ಉದ್ಯೋಗದಲಿ ಮೀಸಲು ತಂದರು**
**ಅವರೇ ಅವರೇ ನಮ್ಮವರೇ ದೇವರಾಜ ಅರಸರು ॥**

**ಮಲ ಹೊತ್ತವರನ್ನ ಮನುಜರಂತೆ ಕಂಡವರು**
**ಈ ಅನಿಷ್ಟವನ್ನ ತೊಲಗಿಸಿದ ಮಹಾಮಹಿಮರು**
**ತಳಸಮುದಾಯಗಳ ಮೊಗದಲಿ ನಗೆಯ ಅಲೆ ತಂದವರು**
**ಅವರೇ ಅವರೇ ನಮ್ಮವರೇ ದೇವರಾಜ ಅರಸರು ॥**

**ಜಾದುಗಾರ:** ಅರೆ ಅರೆ ಅರೆ ನೀವ ಬಂದ ಬಿಟ್ರೆಲ... ನಾನಂದಕೊಂಡಿದ್ನಿ ನಾನಷ್ಟ ಅದೀನಿ ಅಂತ! ಕುಣಿದ ಕುಪ್ಪಳಿಸ್ತಿದ್ದೀನಿ ಅಂತ... ನೀವ ಬಂದದ್ದು ಭಾಳ ಛಲೋ ಆತು... ಮತ್ತ ಸಾರ್ಥಕಾನು ಆತು... ಯಾಕಂದರ ಆಟಂದರ ಪ್ರೇಕ್ಷಕ... ಪ್ರೇಕ್ಷಕಂದರ ಆಟ! ಒಂದ ನಾಣ್ಯ! ಹಲವು ಮುಖಗಳು...

ಆಟ ಅಂದಿನಲ್ಲ... ಈ ಆಟ ಮಾಟದೊಳಗ ಮಾಯಾ ಜಗತ್ತನ್ನ ತೋರಿಸಲಾಕ ಬಂದಿಲ್ಲ ನಾ... ಒಬ್ಬ ಮಹಾಪುರುಷನ ಕರ್ತೃತ್ವ ಶಕ್ತಿಯ ತೇಜವನ್ನ ಪಸರಿಸಲಿಕ್ಕೆ ಬಂದೇನಿ... ಅವರ ಜನಪರ ಕಾರ್ಯಗಳ ಫಲಶ್ರುತಿಯನ್ನ ಈ ಜಲಸಾ ಮೂಲಕ ಸಾದರಪಡಿಸತಿದೀನಿ... ಈ ಜಲಸಾ ಅಂದರ, ಅಂಬೇಡಕರೀ ಜಲಸಾ ತರ ಶಾಸ್ತ್ರರೂಪೀ ನಾಟಕ ಅಲ್ಲ ಹಂ ಮತ್ತ!

ಸಾದರಪಡಿಸುತೀನಿ ಅದೂ ಸಹ ಚೂರೂ ಬ್ಯಾಸರ ಆಗದಂಗ... ಹಿಮಾಲಯದಷ್ಟಿರೋ ಅವರ ಕಾರ್ಯವನ್ನ ಪುಟ್ಟ ದಿನ್ನೆಗಿಳಿಸಿ ಹೇಳೋ ಪ್ರಯತ್ನ ಇದು...

ದಲಿತರು, ಹಿಂದುಳಿದವರನ್ನ ಸಮಾಜದ ಮುಂಚೂಣಿಗಿ ತಂದ, ಊಳೋನ ಕೈಗಿ ಭೂಮಿಕೊಟ್ಟ ಈ ಅನ್ನದಾತ ಒಂದು ಪಕ್ಷ ನಮ್ಮ ನಾಡಿನೊಳಗ ಹುಟ್ಟದ ಇದ್ದಿದ್ದರ! ಪರಿವರ್ತಿತ ಇಂದಿನ ಸಮಾಜ ಇರತಾನೇ ಇರಲಿಲ್ಲ... ನಾ ಈ ಆಟಾ ಆಡತಾನೂ ಇರಲಿಲ್ಲ...

*(ತುಸು ತಡೆದು ಬುಟ್ಟಿಯ ಮ್ಯಾಜಿಕ್ ರೂಪ ತೋರಿಸಿ)*

ಈ ಬುಟ್ಟಿ ನನ್ನ ಕೈಗೆ ಹೆಂಗ ಬಂತು ಅಂತೀರಿ...? ಇದ ತಗೋರಿ ಕೊಟ್ಟ ಬಿಟ್ಟನಿ... *(ಎರಡೂ ಬದಿ ವಿಂಗಿನತ್ತ ನೋಡಿ ಕೂಗುವನು.)* ಬಾಜಿರಾವ... ಹೇ ಬಾಜಿರಾವ...

*(ಬಾಜಿರಾವ ಬರುವರು.)* ಇದ ತಗೋರಿ ನಿಮ್ಮ ವಸ್ತು... ನಾ ಹೊಂಟಿನಿ... *(ಜಾದುಗಾರನು ಬಾಜಿರಾವರ ಕೈಗಿಟ್ಟು ನಿರ್ಗಮಿಸುವನು.)*

*(ಬಾಜಿರಾವ ಒಮ್ಮೆ ಬುಟ್ಟಿಯನ್ನು ನಿರುಕಿಸುವರು.)*

*(ಕತ್ತಲೆ.)*

## ಪ್ರವೇಶ–೨

*(ಬೆಳಕು. ಸರಕಾರಿ ಕಚೇರಿ. ಅಧಿಕಾರಿ ಬಾಜಿರಾವ ಕುಳಿತಿದ್ದಾರೆ. ಅವರ ಹಿರಿಯ ಗೆಳೆಯರಾದ ಲೇಖಕ ಹಾಗೂ ಎಡಪಂಥೀಯ ವಿಚಾರಧಾರೆಯ ಸಿದಗೌಡ ಬರುವರು. ಕೆಲಸದಲ್ಲಿ ನಿರತರಾದ ಬಾಜಿರಾವ ಅವರಿಗೆ ಸಿದಗೌಡರ ಆಕಸ್ಮಿಕ ಆಗಮನ ಚಕಿತಗೊಳಿಸುವುದು.)*

**ಸಿದಗೌಡ:** ಎಕ್ಸ್‌ಕ್ಯೂಜ್ ಮಿ, ಒಳಗ ಬರಬಹುದೇನ್ರೀ? ಬಾಜಿರಾಯರ!

**ಬಾಜಿರಾವ:** *(ತಲೆಯೆತ್ತಿ ಅಚ್ಚರಿಯಿಂದ)* ಅರೆ, ಏನಿದು! ಕಾಮ್ರೇಡ್ ಕಮ್ ದಿ ಫೇಮಸ್ ಲಿಟರಿಯರ್ ಸಿದಗೌಡ ಸರ್, ಅದೂ ಸಹ ಸರಕಾರಿ ಕಚೇರಿಗಿ... ಆಂ! ಸರಕಾರಿ ಕಚೇರಿ ಅಂದರ ನಿಮ್ಮದು ಧಡಕ್ ಮೋರ್ಚಾ ಇರತೇತ್ರಿ... ಹಾಂ... *(ನಗು)* ಹ ಹ ಹ... ಬರ್ರಿ ಬರ್ರಿ... ವೆಲ್ ಕಮ್... ಏನಿತ್ತ ಸವಾರಿ? *(ಎದ್ದು ಬಂದು ಕೈ ಕುಲುಕಿ ಕುರ್ಚಿ ತೋರಿಸಿ)* ಹ್ಯಾವ್ ಎ ಸೀಟ್...

**ಸಿದಗೌಡ:** ಥ್ಯಾಂಕ್ಯೂ... ಹಂಗ ಈಕಡೀ ದಗದಿತ್ತು ಬಂದಿದ್ನಿ, ನಿಮ್ಮ ನೆನಪಾತು...

**ಬಾಜಿರಾವ:** *(ಕೂರುತ್ತ)* ನಿಮಗೂ ನಮ್ಮ ನೆನಪ ಆಗತಿರತೇನ್ರೀ ಸರ್...

**ಸಿದಗೌಡ:** ಅದ್ಹೆಂಗರೆಪ! ಆಗದ ಇರತೈತೇನು?

**ಬಾಜಿರಾವ:** ನಿಮಗ ನೆನಪದ ಏನು?

| | |
|---|---|
| **ಸಿದಗೌಡ:** | ಇಲ್ಲ, ನೀವ ಹೇಳಬೇಕು... |
| **ಬಾಜಿರಾವ:** | ನೀವು ನಮ್ಮ ಕಾಲೇಜಿಗಿ ಒಮ್ಮಿ ಬಂದಿದ್ರಿ ಸರ್! ಒಂದು ಪ್ರಬೋಧನ ಸಭೆ... |
| **ಸಿದಗೌಡ:** | ಯಾವಾಗ? *(ನೆನಪು ಮಾಡಿಕೊಂಡು)* ಒಹೋ, ಅದನ್ನ ಇನ್ನೂ ನೆನಪಿಟ್ಟೀರೆಲ್ಲ! ಒಂದ ಉಪನ್ಯಾಸ ಇತ್ತು... ಭಲೋ ನೆನಪೇತಿ... |
| **ಬಾಜಿರಾವ:** | ಆ ಪ್ರಬೋಧನ ಸಮಾರಂಭದಾಗ ನಮ್ಮ ಸಮಾಜದ ಬಗ್ಗೆ ಅಂದಿದ್ರಿ–'ಸಮಾಜದೊಳಗ ಬದಲಾವಣೆ, ಪರಿವರ್ತನೆಗೆ ಪ್ರಯತ್ನ ಮಾಡಿದರ, ವ್ಯವಸ್ಥೆಯನ್ನ ಪೋಷಿಸಿಕೊಂಡು ಬಂದವರ ನಿಂದನೆಗೆ ಗುರಿಯಾಗತಾರೆ' ಅಂತ... ಈ ಮಾತ ನೆನಪ ಐತೇನು ಸರ್? |
| **ಸಿದಗೌಡ:** | *(ಕೊಂಚ ಬೆರಗು)* ಅರೆ, ಭಲೋ ನೆನಪಿಟ್ಟೇರಿ... ಅದೂ ಸಹ ನೀವು ವಿದ್ಯಾರ್ಥಿ ಆಗಿದ್ದಾಗಿನ ಮಾತು... ಗ್ರೇಟ್! |
| **ಬಾಜಿರಾವ:** | ಅದಷ್ಟ ಅಲ್ಲ... ಇನ್ನೂ ಒಂದ್ಮಾತ ಮನದಾಗ 'ಹಸಿ ಗ್ವಾಡ್ಯಾಗ ಹಳ್ಳ ನೆಟ್ಟಂಗ' ಕುಂತೇತಿ, ಗೊತ್ತೇನು ಸರ್? |
| **ಸಿದಗೌಡ:** | ಅದೇನದು ಅಂಥಾದ್ದು? |
| **ಬಾಜಿರಾವ:** | 'ಮಲವನ್ನ ತಲಿಮ್ಯಾಲಿ ಹೊತ್ತ ಸಾಗಿಸೋ ಹೀನ ಪದ್ಧತಿ ನಿರ್ಮೂಲನವನ್ನ ಸಮಾಜದ ಪ್ರಬಲ ವರ್ಗ ಒಪ್ಪೋಕೆ ತಯಾರಿರಲಿಲ್ಲ... ಮತ್ತ ಜನರ ಕಣ್ಣ ತೆರೆಸೋ ಪತ್ರಕರ್ತರು ಸ್ವೀಕರಿಸಲೇ ಇಲ್ಲ'... ಅಂತ... ಎಂಥ ವಾಜಮಿ ಮಾತು... |
| **ಸಿದಗೌಡ:** | ಅದು ಕಟುವಾಸ್ತವ... *(ತಡೆದು)* ಬಾಜಿರಾವ, ನಮ್ಮ ವ್ಯವಸ್ಥೆ ಅದೆಷ್ಟ ಜಂಗ ಹಿಡಿದ ಹೋಗೇತಿ ಅಂದರ, ರಾಷ್ಟ್ರೀಯ ರಾಜಕಾರಣದೊಳಗ ಪರಿವರ್ತನೆ ತತ್ವವನ್ನ ಹೇಳಲು ಹೊರಟ ಲೋಹಿಯಾರನ್ನ ಇದ ಜನ ಮತ್ತ ಪತ್ರಿಕೆಗಳು 'ಅರೆಹುಚ್ಚಂತ' ಕರೆದವು... ಲೋ ಕ್ಲಾಸ್ ಫಿಲಾಸಫಿ ಆಫ್ ಅಪ್ಪರ್ ಕ್ಲಾಸ್ ಪೀಪಲ್! *(ತಡೆದು)* ಬೈದವೇ ನಿಮ್ಮಜ್ಜಿ, ಅಜ್ಜ ಹೆಂಗದಾರು? |
| **ಬಾಜಿರಾವ:** | ಮ್, ಆರಾಮದಾರ... ಇನ್ನು ಗಟ್ಟಿಮುಟ್ಟದಾರ... ಅಜ್ಜಗ ಕಣ್ಣ ಜರ ಮಂಜಾಗ್ಯಾವು... |

**ಸಿದಗೌಡ:** ಕಣ್ಣಿಗಿ ಪೊರಿ ಬಂದಿರಬೇಕ ನೋಡ್ರಿ!

**ಬಾಜಿರಾವ:** ಕಣ್ಣಿನ ಡಾಕ್ಟರರಿಗಿ ತೋರಿಸೇನಿ, ಟ್ರೀಟ್ ಮೆಂಟ್ ಕೊಡಾವರಿದಾರ...

**ಸಿದಗೌಡ:** ಭೇಷ್! *(ತಡೆದು)* ನೀವ ಏನ ಅನ್ರಿ... ನನಗ ನಿಮ್ಮಜ್ಜಿ ಬಂಡಖೋರ ಪ್ರವೃತ್ತಿ ಮತ್ತ ಸ್ವಾಭಿಮಾನ ಭಾಳ ಹಿಡಿಸತೇತಿ... ಅವರ ಬಂಡಾಯನ ನಿಮ್ಮಪ್ಪಗ ಕಲಿಯೋ ಹಂಗ ಮಾಡಿತು... ನಿಮ್ಮನ್ನಿಲ್ಲಿ ಕುಂಡರಿಸಿತು, ಆಂ!

**ಬಾಜಿರಾವ:** ನನ್ನ ಬಾಯಾಗಿನ ಮಾತನ್ನ ತಾವ ಹೇಳಿದ್ರಿ ನೋಡ್ರಿ... *(ತುಸು ಆಚೀಚೆ ನೋಡಿ)* ಅರೆ, ನಾನೆಂಥ ಮನಸ್ಯಾ, ನಿಮಗ ಚಾ ಪಾನಿ ಏನೂ ಕೇಳಲಿಲ್ಲ ಅಲ್ಲ! *(ಬೆಲ್ ಬಾರಿಸುವರು.)*

**ಸಿದಗೌಡ:** *(ತಟ್ಟನೆ)* ಇಟ್ಸ್ ಆಲ್ ರೈಟ್... ಆಲ್ ರೈಟ್...

**ಬಾಜಿರಾವ:** ನಾಸ್ಟಾನೂ ತರಸತೇನಿ?

**ಸಿದಗೌಡ:** ನೋ ಒನ್ಲಿ ಟೀ... ಅದೂ ಸಹ ವಿತ್ ಶುಗರ್ ಹಂ...

**ಬಾಜಿರಾವ:** *(ಸಿಪಾಯಿಗೆ)* ಎರಡ ಚಾ ತಗೊಂಡ ಬಾ...

**ಸಿದಗೌಡ:** *(ಸಿಪಾಯಿಗೆ)* ಅಲ್ಲಾ ಮತ್ತ ಯಾಲಕ್ಕಿ ಹಾಕಲಿಕ್ಕೆ ಹೇಳು... *(ಸಿಪಾಯಿ ಹೋಗುವನು.)* ನಿಮಗ ಒಂದು ಮಜಾ ಗೊತ್ತೇನು?

**ಬಾಜಿರಾವ:** ಏನದು ರಿ? ನೀವ ನಮ್ಮ ಹಿರೇರ ಮೋರ್ಚಾದಾಗು ಭಾಗ ತಗೊಂಡೋರು...

**ಸಿದಗೌಡ:** ನಾವು ಆಗ ಸಫಾಯಿ ಕಾಮಗಾರರಿಗಿ ಗ್ಲೌಜ್ ಕೊಡ್ರಿ, ಆರೋಗ್ಯ ಭತ್ತೆ ಕೊಡ್ರಿ, ಅಂತ ಹೋರಾಟ ಮಾಡಿದ್ವಿ... ಪತ್ರಿಕೆಯವರ ಮುಂದ ಎಲ್ಲರೂ ನಿಮ್ಮ ಸಮುದಾಯದೋರ ತರಾವರಿ ರೋಗ ರುಜಿನಗಳ ಕತಿ ಹೇಳಿದ್ರು... ಅಧಿಕಾರಿಗಳು ಕ್ಯಾರೆ ಅನ್ನಲಿಲ್ಲ... ಆಗ ನಿಮ್ಮಜ್ಜ– ಒಂದಿನ ಮಗನನ್ನೋ, ಮಮ್ಮಗನನ್ನೋ 'ಬಾಜಿರಾವ ಮಾಡ್ತೀನಿ' ಅಂತ ಅರಚಿ ಸೆಟಗೊಂಡ ಹೋಗಿದ್ದ... ಅದ ಹೆಸರ ನಿಮಗುಳೀತು... ಹ ಹ ಹ...

**ಬಾಜಿರಾವ:** ಈಗಲೂ ಅಜ್ಜ ಚಾಷ್ಟಿಲೆ– 'ಬಾಜಿರಾವ ಮಮ್ಮಗ ಎಲ್ಲ್ಯಾಂವ?'– ಅಂತ ಬಯ್ಯತಾನ! ಹ ಹ...

**ಸಿದಗೌಡ:** *(ನಗು)* ಹ ಹ ಹ... ಅದು ನಮ್ಮ ಕಡೀ ಇರೋ ಕಾಮನ್ ಬೈಗಳು...

**ಬಾಜಿರಾವ:** ನಮ್ಮಪ್ಪ ಬಾಬುರಾವನ ಕತಿ ತಮಗ ಗೊತ್ತೈತೇನು?

**ಸಿದಗೌಡ:** ಸ್ವಲ್ಪ ಸ್ವಲ್ಪ... ಆದರ ನಿಮ್ಮ ಬಾಯಿಂದ ಕೇಳಬೇಕು... *(ಬಾಜಿರಾವ ತಮ್ಮ ಕುರ್ಚಿಯಿಂದ ಮೇಲೆದ್ದು ರಂಗದ ಮಧ್ಯೆ ಬರುವರು. ಸಿದಗೌಡರು ಅವರತ್ತ ಹೊರಳುವರು.)*

**ಬಾಜಿರಾವ:** ಸರ್, ನಮ್ಮಜ್ಜಿ ಬಂಡಖೋರತನ ಮತ್ತ ಮಲನಿಷೇಧ ಕಾನೂನು ತಂದ ದೇವರಾಜ ಅರಸರ ದಿಟ್ಟ ಮಾನವೀ ನಿಲುವಿಂದ ನಮ್ಮಪ್ಪ ಶಿಕ್ಷಣ ಪಡಿಯೋ ಹಂಗಾತು... ಈ ಬಾಜಿರಾವ ಅಧಿಕಾರಿ ಆಗೋದು ಸುಲಭಾತು... *(ತುಸು ಭಾವುಕರಾಗಿ)* ಇಲ್ಲದಿದ್ದರ ಯಾರ್‍ಯಾರದೋ ಮಲವನ್ನ ತಲಿಮ್ಯಾಲ ಹೊತ್ತ ತಿರಗತಿದ್ವಿ... *(ಕಣ್ಣು ಮುಖ ಒರೆಸಿಕೊಳ್ಳುವನು.)*

**ಸಿದಗೌಡ:** ಮ್... ಬರೋಬರ ಹೇಳಿದ್ರಿ... ದ್ಯಾಟ್ಸ್ ಗ್ರೇಟ್... ಅವರು ತಾನು ಮಲ ಹೊತ್ತು ನಿಮ್ಮಪ್ಪಗ ಕಲಿಸಿದ್ರು... *(ತುಸು ತಡೆದು)* ಆದರ ಒಂದ ಕ್ರಾಂತಿಕಾರಿ ನಿರ್ಧಾರನ್ನ ನೆನೀಲೇಬೇಕು. ಅದು ಅರಸರ ಕಾಲದಾಗ ಪೌರಾಡಳಿತ ಮಂತ್ರಿಗಳಾದ ಬಿ.ಬಸವಲಿಂಗಪ್ಪನವರು ಮಂಡಿಸಿದ ಮಲನಿಷೇಧ ಕಾನೂನು... ಅರಸರು ಅದಕ್ಕ ಸಿಕ್ಕಾ ಮೋರ್ತಬ್ಬ ಮಾಡಿದ್ದು... ಅದರಿಂದ ಈ ಅನಿಷ್ಟ ಪದ್ಧತಿ ನಿಂತದ್ದು 'ಸೋನೆ ಪೆ ಸುಹಾಗಾ' ಅಲ್ಲೇನು?

**ಬಾಜಿರಾವ:** ಬರೋಬ್ಬರ ಅದ... ಅಜ್ಜಿ ಅಪ್ಪಗ ತನ್ನ ಪರಿಸ್ಥಿತಿ ಬರಬಾರದೂ ಅಂತ ಧಡಪಡಿಸಿದೋಳು ಮತ್ತ... *(ಸಿದಗೌಡ ಮಾತು ತುಂಡರಿಸುವರು.)*

**ಸಿದಗೌಡ:** ಸ್ಸಾರಿ, ಮಾತ ತಡದ್ನಿ... ಯಾಕಂದರ ಇದರ ಹಿಂದಿನ ಪ್ರೇರಣಾ ಮರೀಬಾರದು.

*(ಬಾಜಿರಾವ 'ಯಾವುದು?' ಎಂಬಂತ ಸನ್ನೆ ಮಾಡುವರು.)*

ಸಗಟಾಗಿ ಉದ್ಯೋಗ ಮತ್ತ ಉನ್ನತ ಶಿಕ್ಷಣದೊಳಗ ಮೀಸಲಾತಿ ತಂದದ್ದು! ಒಂದು ವೇಳೆ ಈ ಮೀಸಲಾತಿ ಬರದ

ಇದ್ದಿದ್ದರ ನಿಮ್ಮಪ್ಪ ಕಲಿತು ಪುಟ್ಟ ನೌಕರಿ ಹಿಡಿತಿರಲಿಲ್ಲ... ನೀವು ಬಾಜಿರಾವ ಸಾಹೇಬರಂತ ಅನಿಸಿಕೊತಿರಲಿಲ್ಲ, ಹ ಹ ಹ... ನೀವ್ ಹೇಳ್ರಿ ಈಗ...

**ಬಾಜಿರಾವ:** ಅಗದೀ, ಖರೇ ಐತಿ... *(ತಡೆದು)* ನಮ್ಮದು ಮಹಾರಾಷ್ಟ್ರ ಮೂಲ... ಅಜ್ಜಿ ಅಂದಿನ ನಾಲ್ಕನೇ ಯತ್ತಾ ಕಲಿತೋಳು... ಅದೂ ಸಹ ಮರಾಠೀಲಿ... ಆಕಿ ಚಳವಳಿ ಮಂದಿ ಕೂಡ ಇರತಿದ್ಳು, ಅದಕ್ಕ ರಗಡ ಓದತಿದ್ಳು... ನಮ್ಮ ಜಾತಿಯವರೇ ಆದ ಬಾಬುರಾವ ಬಾಗುಲರ ಬಗ್ಗಿ ಹೇಳತಿದ್ಳು. ಹುಂ... ಬಾಬುರಾವ ಬಾಗುಲ್! ಭಂಗಿ ಜಾತ್ಯಾಗಿನ ಭಾಳ ದೊಡ್ಡ ಲೇಖಕರು... ಅವರದೊಂದ ಕತಿ ಐತಿ... 'ವಿದ್ರೋಹ' ಅಂತ... ಆ ಕತಿ ಓದಿದರ ಎದಿ ನಡುಗತೈತಿ! ಅಜ್ಜಿ ನಮ್ಮಪ್ಪಗ ಅಂತಿದ್ಳು – 'ನೀ ಆ ಬಾಬುರಾವ ಬಾಗುಲರ ಹಂಗ ಆಗಬೇಕು ನೋಡು, ಅದಕ್ಕ ಅವರ ಹೆಸರನ್ನ ನಿನಗಿಟ್ಟೇತಿ' ಅಂತ...

*(ಸಿಪಾಯಿ ಚಹಾ ತೆಗೆದುಕೊಂಡು ಬರುವನು. ಇಬ್ಬರಿಗೂ ಕೊಡುವನು.) (ಚಹಾ ಸೇವಿಸುತ್ತ ಮಾತು ಮುಂದುವರೆಯುವುದು.)*

ನಮ್ಮಪ್ಪನ ಕಾಲ ಇರಲಿ, ಈಗ ನನ್ನ ಕಾಲ ಇರಲಿ, ಸಾಮಾಜಿಕ ದೃಷ್ಟಿಕೋನ ಏನು ಬದಲಾಗಿಲ್ಲ... ಐ ಮೀನ್, ಜನರಲಿ.

ಅಪ್ಪ ಸಾಲಿಗಿ ಹೋಗುವಾಗ – 'ಸುಶಿಕ್ಷಿತನಾಗೋದು ಅಂದರ ಒಂದು ಹುಚ್ಚು ಅಂತ ತಿಳಿಯಲಾಗತಿತ್ತು...' ಬಾಗುಲರ ಕಥಾನಾಯಕ– 'ನಾನು ಕಲಿತು ಬುದ್ಧಿವಂತನಾಗತೇನೆ, ಸಾಕ್ರೇಟಿಸ್‌ನಾಗತೇನಿ ಮತ್ತ ಈ ಅಮಾನುಷ ಪದ್ಧತಿಯನ್ನ ಕಿತ್ತೆಸೆಯಲು ಕಾಲನಂಗ ಎರಗತೇನಿ' ಅಂತಿದ್ದ... ಆದರ ಅಂದಿನ ದಿನಗಳಲ್ಲಿ ನಮ್ಮಪ್ಪಗ ಸಾಕ್ರೇಟಿಸ್‌ನಾಗೋದು ಬೇಕಿರಲಿಲ್ಲ... ಕೇವಲ ಹೊಟ್ಟೆ ಹೊರೆಯೋದಕ್ಕ ಒಂದು ನೌಕರಿ ಗಳಿಸೋದಾಗಿತ್ತು...

**ಸಿದಗೌಡ:** ಖಂಡಿತ... ಅದು ಆ ಕಾಲದಾಗ ಮುಖ್ಯ ಆಗಿತ್ತು... ನಿಮ್ಮ ತಂದಿ ಆ ಗೌರವಕ್ಕ ಪಾತ್ರರಾಗನಬೇಕಿತ್ತಲ್ಲ!

**ಬಾಜಿರಾವ:** ಸರ್... ನಮ್ಮಜ್ಜಿ ಸ್ವಾಭಿಮಾನವನ್ನ ಚುಚ್ಚಿ ಚುಚ್ಚಿ ಎಬ್ಬಿಸೋದಕ್ಕ ಒಂದು ಘಟನಾ ಹೇಳತಿದ್ನೃ... ತಮಗ ಸಡುವ ಅದನ?

**ಸಿದಗೌಡ:** ಅದ, ಅಗದೀ ಜರೂರ ಹೇಳ್ರಿ... ನನಗೂ ನನ್ನ ಅನುಭವವನ್ನ ವಿಸ್ತಾರ ಮಾಡಿಕೊಳ್ಳಬೇಕಾಗೇತಿ... ಸವುಡ ಮಾಡಿಕೊಂಡ ಬಂದೇನಿ...

**ಬಾಜಿರಾವ:** ಭಾಳ ವಿಹ್ವಲಗೊಳಿಸೋ ಪ್ರಸಂಗ... ನಮ್ಮ ಜಾತಿಗಿ ದಾರಿದ್ರ್ಯಕ್ಕ ಕಳ್ಳಬಳ್ಳಿ ಸಂಬಂಧಯಿದ್ದಂಗ... ದಾರಿದ್ರ್ಯ ಹಂಗ ತಾಂಡವ ಆಡತಿರತೇತಿ... ನರಪೇತಲ ಶರೀರ... ಬಿಳಚಿದ ಮುಖ ಮಾರಿಗಳು... ನಮ್ಮಲ್ಲಿ ನೌಕರಿ ಅಂದರ ಅದು ಭಂಗಿ ನೌಕರಿ... ಮಲ ಎತ್ತೋದು... ಅದನ್ನ ಪಡೆಯೋದಕ್ಕೂ ಲಂಚ ಕೊಡಬೇಕಾಗತ್ತಿತ್ತು... ಅಜ್ಜ ಅಪ್ಪಗ ಅಜ್ಜಿಗಿ ಬಯ್ಯುತ್ತಿದ್ದ... ಅಪ್ಪಗ –'ಇದೇನ ಹುಚ್ಚರ ಹಂಗ ಸಾಲಿ ಬೆನ್ನ ಹತ್ತಿದಿ... ನಿಮ್ಮವ್ವಗ ಒಂದು ಬುದ್ಧಿಯಿಲ್ಲ... ಸುಮ್ಮಕ ಧಂದೇಕ ಹೋಗು...' ಅಂತ ಒದರ್ಯಾಡತಿದ್ದ... ಅಜ್ಜಿ – 'ಮಗ ಕಲಿತ್ಯಾನ ಅಂತಾನ ಕಲೀಲಿ... ನಮ್ಮ ತಲಿಗೇನ ಹೇಲೆತ್ತೋದು ನಿಲ್ಲಲಿ'... ಅಂತ ನನ್ನಪ್ಪನ ಬೆಂಬಲಿಕ್ಕಿದ್ಲೃ... ಇದಕ್ಕಾಗಿ ಹಲವು ಸಾರೆ ಇಬ್ಬರಲ್ಲು ಜಗಳ ಆಗತಿತ್ತು...

ಸರ್, ಈ ಜಾತಿ ವ್ಯವಸ್ಥೆ ಇಷ್ಟೊಂದು ಆಳವಾಗಿ ಗೂಟ ಹೊಡೆದು ಕುಂತೈತಲ... ಇಲ್ಲಿ ಭಂಗಿ ವ್ಯವಸ್ಥೆಯೊಳಗ ಮುಕಾದಮ್ ಕ್ರಿಸ್ತ ಧರ್ಮದವನಾಗಿದ್ರ ಕ್ರಿಶ್ಚಿಯನ್ ಅನಿಸಿಕೋತಾನ, ಮುಸ್ಲಿಮ್ ಧರ್ಮದವ ಮುಸ್ಲಿಮ್ ಎನಿಸಿಕೋತಾನ, ಆದರ ಮಲ ಹೊರೊವ ಮಾತ್ರ 'ಭಂಗಿ' ಅಂತನ ತುಚ್ಛವಾಗಿ ಕರೆಸಿಕೋತಾನ... *(ತುಸು ಭಾವುಕನಾಗಿ)* ಅಪ್ಪ ಅನ್ನತ್ತಿದ್ದ– 'ನನ್ನ ಅವ್ವ ಮಾಡಿದ ಅನ್ನ ತಿನ್ನಲೂ ಹೇಸಿಗಿ ಅನಿಸತಿತ್ತು... ಆಕೀ ಸಾಬೂನಿನಿಂದ ಕೈ ತೊಳೆದರೂ ಸಹ...'– ಅಂತ.

ಒಮ್ಮಿ ಒಂದು ಪ್ರಸಂಗ ನಡೀತು... ಮೈಮ್ಯಾಲಿ ಮುಳ್ಳೇಳು ಘಟನಿ...

*(ನಿಧಾನಕ್ಕೆ ರಂಗದ ಮೇಲೆ ಕತ್ತಲೆ. ಬೆಳಕು ಹರಿದಾಗ ಹದಿನಾಲ್ಕು ವರ್ಷದ ಬಾಜಿರಾವ ತಂದೆ ಬಾಬುರಾವ ಮತ್ತು*

*ಆತನ ತಾಯಿ ಇರುವರು. ತಾಯಿ ನಿಸ್ತೇಜದಂತಿರುವಳು. ಭಂಗಿ ಕೆಲಸ ಕಾರ್ಯ ಹಂಚುವ ಕಚೇರಿ. ಒಂದಿಷ್ಟು ಕಾರ್ಮಿಕರು. ಡಬ್ಬಿ– ಗಾಡಿಗಳು.)*

**ತಾಯಿ:** ಮಗನ ನೀ ಸಾಲಿಗಿ ಹೋಗೋದ ಬಿಟ್ಟ ಹಿಂಗ್ಯಾಕ ಹಟ ಹಿಡಿದ್ದಿ...

**ಬಾಬುರಾವ:** ಅವ್ವ ನನಗ ಶಿಕ್ಷೆ ಆಗಬೇಕು... ನೀನೇ ಕೈಯ್ಯಾರ ಮಾಡಿದ ಅನ್ನ ಉಣ್ಣೋದಕ್ಕ ಹೇಸೋ ಈ ಮನಸ್ಸಿಗಿ ತಕ್ಕ ಶಾಸ್ತಿ ಆಗನ ಬೇಕವ್ವ...

**ತಾಯಿ:** ಕೂಸ ಈ ದಗದ ಹೇಸಿಗೀದು... ನಿನ್ನಿಂದ ಆಗೋದಿಲ್ಲಪ... ಗಪ್‌ಚಿಪ್ ಮನಿಗಿ ಹೋಗು ನೋಡೋಣ...

**ಬಾಬುರಾವ:** ಇಲ್ಲಂದರ ಇಲ್ಲ, ನಾ ಸಾಲಿಗಿ ಹೋಗಬೇಕಂದರ ಮನಸ್ಸ ಕಲ್ಲ ಆಗಬೇಕಂದರ, ನಾ ಇವತ್ತ ಈ ದಗದ ಮಾಡಬೇಕು ಅವ್ವ...

*(ಈ ಚರ್ಚೆ ನಡೆಯುತ್ತಿರುವಾಗ ಭಂಗಿ ಕಚೇರಿಯಲ್ಲಿರುವ ಮುಕಾದಮ್ ದೂರದಿಂದ ಇದನ್ನು ಗಮನಿಸುತ್ತಿದ್ದನು. ಆತ ತನ್ನ ಸಹ ಕಾರ್ಮಿಕನಿಗೆ ಹೇಳುವನು.)*

**ಮುಕಾದಮ್:** ಅರೆ ದೇಖ್ ಬೇ, ಉದರ್ ಕ್ಯಾ ಚಲ್ ರಹಾ ಹೈ... ಏನದು ಪುಟು ಪುಟು ನಡಸ್ಯಾರು... ಲಗೂನ ದಗದ ಹಂಚಿ ಕಳಸ ಎಲ್ಲರನ್ನ...

**ಕಾರ್ಮಿಕ:** ಹೂಂ, ಸಾಹೇಬರ...

*(ಕಾರ್ಮಿಕ ಇವರಿಬ್ಬರ ಹತ್ತಿರ ಬರುವನು.)*

**ಬಾಬುರಾವ:** ಇವತ್ತ ಅವ್ವನ ಬದಲಿಗಿ ನಾ ಕೆಲಸ ಮಾಡ್ತೀನಿ... ಆಕಿಗಿ ಆರಾಮಿಲ್ಲ...

**ತಾಯಿ:** ಬಾಬು! ನಾ ಆರಾಮದೀನಿ... ಹಿಂಗ ಹಟ ಬ್ಯಾಡ ಮಗೂ...

**ಬಾಬುರಾವ:** ಅವ್ವ ನೀ ಮನೀಗಿ ಹೋಗಂದರ ಹೋಗ್... ರೆಸ್ಟ್ ಮಾಡ್ ಹೋಗು... ನಾ ಮಾಡ್ತೀನಿ...

**ತಾಯಿ:** ನಾ ಹೋಗೋದಿಲ್ಲ... *(ಕಾರ್ಮಿಕನಿಗೆ)* ಅವ್ನ ಮಾತ ಕೇಳಬ್ಯಾಡ್ರಿ... ನನ್ನ ದಗದ ನಾ ಮಾಡುವಾಕಿ...

**ಬಾಬುರಾವ:** *(ಜೋರುಮಾಡಿ)* ಅವ್ವ, ನಾಳಿಂದ ನಾ ಸಾಲೀಗಿ ಹೋಗಬೇಕಂದರ ನಾನಿವತ್ತ ಈ ಕೆಲಸ ಮಾಡಬೇಕು... ನೀ ಹೋಗು ನೋಡೋಣು...

*(ಮುಕಾದಮ್ ಮತ್ತೆ ಆ ಕಡೆಯಿಂದ ಕೂಗುವನು.)*

**ಮುಕಾದಮ್:** ಏ ಕ್ಯಾ ಚಲ್ ರಹಾ ಹೈ? ಜಲ್ದಿ ಭೇಜೋನಾ!

**ಕಾರ್ಮಿಕ:** ಸಾಬ್, ಏ ಲಡಕಾ ಕಾಮ್ ಕರ ನೇ ಕಾ ಜಿದ್ ಕರ್ ರಹಾ ಹೈ...

**ಮುಕಾದಮ್:** ಅರೆ ಕೋಯಿ ತೋ ಕರಲೇ... ಹಮೆ ಕ್ಯಾ? ಅಂವಗ ಬುಟ್ಟಿ ಡಬ್ಬಿ ಕೊಟ್ಟ ಕಳಿಸು...

**ತಾಯಿ:** *(ಕಾರ್ಮಿಕನಿಗೆ)* ಅಂವಗ ಈ ದಗದ ಬರಾಂಗಿಲ್ಲಂತ ಹೇಳಿದ್ನಿ ಅಲ್ಲ! *(ಬಾಬುರಾವನಿಗೆ)* ಬಾಬು, ಗಾಡಿಯೊಳಗ ಡಬ್ಬಿ ತಂದಿಡೋ, ದಗದ ನಿನಗ ಆಗಾಂಗಿಲ್ಲ ಮಗನ, ಹಟ ಮಾಡಬ್ಯಾಡ...

**ಬಾಬುರಾವ:** ಅವ್ವ, ನಾನಿವತ್ತ ಠರಾಯಿಸೇನ ಬಂದೇನಿ...

**ತಾಯಿ:** ಹಂಗಾರ, ನಾನೂ ನಿನ್ನ ಸಂಗಾಟ ಬರಾಕಿ, ತಡಿಬ್ಯಾಡ...

*(ಬಾಬುರಾವ ಯೋಚಿಸುವನು. ಬುಟ್ಟಿ, ಡಬ್ಬಿ ತಗೊಂಡು ನಡೆಯುವನು.)*

*(ಕಾರ್ಮಿಕ ಮತ್ತು ತಾಯಿ ಸಹ ಜೊತೆಗಿರುವರು.)*

*(ಕತ್ತಲೆ.)*

*(ಬೆಳಕು. ಶಹರಿನ ಬಡಾವಣೆಯ ಒಂದು ಭಾಗ. ಅಲ್ಲೊಂದು ಸಾರ್ವಜನಿಕ ಶೌಚಾಲಯ.)*

**ಕಾರ್ಮಿಕ:** ಇವು ಮುವತ್ತ ಪಾಯಿಖಾನೆಗಳು... ಇಲ್ಲಿ ಗಾಡಿ ಬರತೇತಿ... ನೀ ಪಾಯಿಖಾನೆದೊಳಗ ಹೋಗಿ ಹೇಲಿನ ಡಬ್ಬಿ ಎತ್ತಿ ತಂದು ಗಾಡಿಯ ಟ್ಯಾಂಕಿಗೆ ಸುರೀಬೇಕು... ಆಮ್ಯಾಲ ಅದನ್ನ ಸ್ವಚ್ಛ ತೊಳೆದಿಡಬೇಕು... ನೀ ತರೋವಾಗ ಮೆಟ್ಟಿಲ ಮ್ಯಾಲ ಚೆಲ್ಲಿದ ಮಲ, ಮೆಟ್ಟಿಲು ಅಕ್ಕಪಕ್ಕದ ಜಾಗಾನೆಲ್ಲ ಹಸನ ಮಾಡಬೇಕು... *(ತಾಯಿಗೆ)* ಸರಿಯಾಗಿ ಮಗನ

ಕಡೀಂದ ದಗದ ಮಾಡಿಸಿಕೋರಿ... ಇಲ್ಲಂದರ ನೀವ!... *(ಹೋಗುವನು.)*

*(ನಾಲ್ಕಾರು ಜನ ಸಂಡಾಸಿನಿಂದ ಹೋಗುವರು.)*

*(ಬಾಬುರಾವ ಹೆಜ್ಜೆಯಿಡುತ್ತ ಮೆಟ್ಟಿಲೇರಿ ಹೋಗುವ ಮುನ್ನ ಮೂಗಿಗೆ ರಾಚಿದ ದುರ್ಗಂಧಕ್ಕೆ ಅಸಹ್ಯವಾಗಿ ಮುಖ ಕಿವುಚಿ ಮೂಗು ಮುಚ್ಚಿಕೊಳ್ಳುವನು.)*

**ತಾಯಿ:** ನನ್ನ ಮಾತ ಕೇಳು ಕೂಸ, ನಿನಗ ಆಗೋ ಮಾತಲ್ಲ...

**ಬಾಬುರಾವ:** ಯಾಕಾಗೊಲ್ಲ?

**ತಾಯಿ:** ನನ್ನಂಥ ಅಶಿಕ್ಷಿತ, ಹೆಣದಂಗ ಬದುಕೋರ ದಗದ ಇದು... ಕಣ್ಣು, ಮೂಗು ಕಳಕೊಂಡ ಎದಿ ಕಲ್ಲಾದೋರ ದಗದ ಇದು...

**ಬಾಬುರಾವ:** ನಾ ನಿನ್ನ ಮಗ... ನಿನ್ನ ದಗದ ಅದು ನನ್ನದೂ ಹೌಂದ...

**ತಾಯಿ:** ಬ್ಯಾಡ ಮಗನ, ಹಟಬ್ಯಾಡ, ಎಷ್ಟ ಹೇಳಲಿ? ನೀ ಛಲೋದಂಗ ಕಲೀಬೇಕಪ್ಪ...

*(ಅವನು ಪಾಯಿಖಾನೆಗಳ ಮೆಟ್ಟಿಲೇರಿ ಹೋಗತೊಡಗುವನು.)*

ನನ್ನ ಮಾತ ಕೇಳೋ ಮಾರಾಯ...

*(ಒಂದರಲ್ಲಿ ಇಳಿಯುವನು.)*

*(ಉಗ್ರ ದುರ್ಗಂಧಕ್ಕೆ ಮೂಗು ಮುಚ್ಚಿಕೊಳ್ಳುವನು. ವಾಕರಿಕೆಯಿಂದ ವಾಂತಿ ಬಂದಂತೆ ಆಗುವುದು. ಅಸಹ್ಯ ಭಾವ ಪ್ರಕಟಿಸುವನು.)*

**ಬಾಬುರಾವ:** *(ಕಣ್ಣರಳಿಸಿ ನೋಡುತ್ತ, ಸ್ವಗತ)* ತುಂಬಿದ ಮಲದ ಡಬ್ಬಿಗಳು... ಹೊಲಸ ಅಂಟಿಕೊಂಡು ಸ್ಪರ್ಧೆಗಿಳಿದಂಗ ಮಿಡುಕಾಡೋ ಹೇಲು ಹುಳಗಳು ದಾಳಿಯಿಟ್ಟಂಗ, ಮೈಮ್ಯಾಲೇರಿ ಬಂದಂಗ, ರಕ್ತದಿಂದ ಅದ್ದಿ ತೊಯ್ದ ಬಟ್ಟಿ ಚೂರುಗಳು, ಹತ್ತಿ ಬ್ಯಾಂಡೇಜ್ ತುಂಡುಗಳು... ಹಳದಿ, ನಸುಗೆಂಪು ಕಡುಗಪ್ಪ ಹಸಿರಿನ ಮಲದ ನಡುವ ಚಿಟಗುಡೋ ಗುಳ್ಳೆಗಳ ರಾಶಿ! ಧುತ್ತನ ಮೈಮ್ಯಾಲಿ ಉಕ್ಕಿ ಬಂದಂಗ... ಅಯ್ಯೋ ಅಯ್ಯೋ ಮಲದ ರಾಶಿ ಮೈಮ್ಯಾಲೀನ ಬರಾಕತ್ತೇತಿ! *(ಮೈ*

*ಕಂಪಿಸಿತು. ಮುಖ ಬಿಳುಚಿತು. ಕುಸಿದು ಬಿದ್ದಂತೆ)* ಹೋ ನರಕ! *(ಅರಚಿದ– ತನ್ನನ್ನೇ ಸಾವರಿಸಿಕೊಂಡ.)*

**ತಾಯಿ:** *(ಹೊರಗಿಂದ)* ಬಾಬು! ಏನಾತು? ನಾ ಬರಲೇನು ಕೂಸ... ಹುಚ್ಚ ಖೋಡಿ ನಿನಗ ಆಗೋ ಕೆಲಸಲ್ಲೋ ಮಗನ...

*(ಆತ ಮಲ ತುಂಬಿದ ಡಬ್ಬಿವೊಂದಕ್ಕೆ ಕೈ ಹಾಕಿದ. ಪಚಕ್ಕೆಂದು ಮಲ ಕೈಗೆ ಅಂಟಿತು. ಜಾಡಿಸಿದ. ಮುಖಕ್ಕೆ ಸಿಡಿಯಿತು. ಮುಖ ವಿಚಿತ್ರ ಮಾಡಿಕೊಂಡು ಅದನ್ನು ಎತ್ತಿ ಹೆಗಲ ಮೇಲಿಟ್ಟು ಗಾಡಿಯತ್ತ ಧಾವಿಸಿದ. ಮಲ ತುಳುಕ ಹತ್ತಿತು. ಮೈ ಮೇಲೆ ದೊಪದೊಪ ಬೀಳತೊಡಗಿತು. ನೂರು ಭರ್ಚಿಗಳಿಂದ ಎದೆಗೆ ತಿವಿದಂತೆ "ಅವ್ವಾ" ಎಂದು ಅರಚಿದ.)*

*(ಕತ್ತಲೆ.)*

*(ಬೆಳಕು)*

*(ಸಿದಗೌಡ ಆವಾಕ್ಕಾಗಿದ್ದಾರೆ. ಆಶ್ಚರ್ಯವೊ, ಹೆಮ್ಮೆಯೋ ಗೊತ್ತಿಲ್ಲದ ಮಿಶ್ರಭಾವ. ಬಾಜಿರಾವರನ್ನು ಅಪ್ಪುತ್ತಾರೆ.)*

**ಸಿದಗೌಡ:** ರಿಯಲಿ ಇಟ್ಸ್! ನೋ ವರ್ಡ್ಸ್ ಅಟಾಲ್! ಆಳವಾದ ನರಕದ ಕಂದರದಿಂದ ಹೊರ ಬಂದಂಗ ಆತು... *(ಭಾರವಾದ ನಿಟ್ಟುಸಿರು ಬಿಡುತ್ತ ಕುರ್ಚಿಯಲ್ಲಿ ಕುಳಿತುಕೊಳ್ಳುತ್ತಾರೆ.)*

*(ಬಾಜಿರಾವ ತನ್ನ ಕುರ್ಚಿಯತ್ತ ಸಾಗಿ ಕೂರುವರು.)* ಇದನ್ನ ಹೊಗಳಬೇಕೋ ಇಲ್ಲ ಈ ವ್ಯವಸ್ಥಾಗ ತೆಗಳಬೇಕೋ... ಅರ್ಥ ಆಗದಂಗ ಆಗೇತಿ...

**ಬಾಜಿರಾವ:** ಹೊಳೀಲಿ ನೀರು ಭಾಳ ಹರದೇತಿ...

**ಸಿದಗೌಡ:** ಹರೀನ ಬೇಕಲ್ಲ!

**ಬಾಜಿರಾವ:** ನಿಮಗೊಂದ ಸರ್ಪರೈಜ್ ಹೇಳಲೇನು? ಇದರ ತದ್ವಿರುದ್ಧವಾದುದು!

**ಸಿದಗೌಡ:** ಮ್, ಹೇಳ್ರಿ, ಕಿವಿಗಳು ಕೇಳಾಕ ಉತ್ಸುಕ ಆಗ್ಯಾವ...

**ಬಾಜಿರಾವ:** ಯಾವ ಉಚ್ಚಕುಲ, ಮಡಿವಂತರ ಮಲ ಹೊತ್ತೆವೋ, ಯಾವ ಸಮಾಜ ಪರಿವರ್ತನೆ ಒಪ್ಪದ ಲೋಹಿಯಾರನ್ನ

'ಅರೆಹುಚ್ಚ' ಅಂತ ಕರೆಯಿತೋ, ಆ ಸಿರಿವಂತ ಉಚ್ಚ ಜಾತಿವೊಂದರ ಸುಂದರ, ಸುಶಿಕ್ಷಿತ ಕನ್ಯೆಯನ್ನ ನನಗ ಧಾರೆಯೆರೆಯಲು ಮುಂದ ಬಂದಾರ...

**ಸಿದಗೌಡ:** ಇಟ್ಸ್ ರಿಯಲಿ ಅಮೇಜಿಂಗ್! ನೀವ ಏನಂದ್ರಿ?

**ಬಾಜಿರಾವ:** ನಾ ಅನ್ನೋದು ಬದಿಗಿರಲಿ... *(ತುಸು ತಡೆದು)* ನನಗ ಒಂದರೆಕ್ಷಣ ನಮ್ಮ ಅರಸರು ನೆನಪಾದರು... ನನ್ನಜ್ಜಿ ನೆನಪಿಗೆ ಬಂದಳು... ನನ್ನನ್ನ ಅತ್ಯಂತ ಘಾಸಿಗೊಳಿಸಿದ ನಮ್ಮ ಜಾತಿಯವರೇ ಆದ ಕತೆಗಾರ ಬಾಬುರಾವ ಬಾಗುಲ್‌ರು ನೆನಪಿಗಿ ಬಂದ್ರು... *(ತುಸು ತಡೆದು)* ನನಗಿವತ್ತ ದಕ್ಕಿದ ಸೋಶಿಯೋ ಎಕಾನಾಮಿಕ್ ಸ್ಟೇಟಸ್‌ಗೆ ಅರಸರು ತಂದ ಕಾನೂನುಗಳ ಕಾರಣ ಅಲ್ಲದ ಮತ್ತೇನಿರಲು ಸಾಧ್ಯ?!

**ಸಿದಗೌಡ:** ಬಾಜಿರಾವ ಒಂದ ಮಾತ ಜಗಜ್ಜಾಹೀರ ಐತಿ. 'ಪಾವರ್ ಅಂಡ್ ಮನಿ' ಇದರೆದುರು ಉಳಿದೆಲ್ಲವೂ ಗೌಣ! ಅದ ನಿಮಗ ಸಿಕ್ಕೇತಿ, ಅಂಡ್ ಯು ಡಿಜರ್ವ್ ಇಟ್! ಎನಿ ವೇ ಕಂಗ್ರಾಟ್ಸ್!

**ಬಾಜಿರಾವ:** ಯದಕ್ಕ?

**ಸಿದಗೌಡ:** ಉಚ್ಚಕುಲದ ಸುಂದರ ಸುಶಿಕ್ಷಿತ ಕನ್ಯಾ ಆಫರ್‌ಗ *(ನಗು)* ಹ ಹ ಹ...

*(ಬಾಜಿರಾವರೂ ನಗುವರು. ನಿಧಾನ ಕತ್ತಲೆ.)*

## ಪ್ರವೇಶ–೩

*(ರಂಗದ ಒಂದು ಭಾಗದಲ್ಲಿ ಜಾದುಗಾರ ಬರುವನು. ಅವನ ಕೈಯಲ್ಲಿ ಸಲಿಕೆ–ಗುದ್ದಲಿ ಇರುವುದು. ಆತನ ಮೇಲೆ ಬೆಳಕು.)*

**ಜಾದುಗಾರ:** ಬುಟ್ಟಿ ಮಾಯಾತು...! ನೋಡಿದಿರೆಲ್ಲ ಪ್ರೇಕ್ಷಕ ಮಹಾಶಯರ! ಬಾಬುರಾವನ ಕಥೆಯ... ಎಂಥ ಘೋರ ಅಲ್ಲ? ಕಣ್ಣ ಮೂಗು ಮುಚ್ಚಿಕೊಂಡ್ರೂನು ದುರ್ವಾಸನಿ ಗಾಢತೆಯ ಹೊಡೆತ ಜೋರಾಗಿ ಬಿದ್ದದ.

ಬಸವಲಿಂಗಪ್ಪನವರು, ಅರಸರು ತಂದ ಮಲ ನಿಷೇಧ ಕಾನೂನು ಮತ್ತ ಶಿಕ್ಷಣ, ಉದ್ಯೋಗಗಳಲ್ಲಿಯ ಮೀಸಲಾತಿಯಿಂದ ಬಾಬುರಾವರಂಥ ಅನೇಕ ಮಂದಿಗಿ ಗೌರವಯುತ ಬಾಳೆ ಸಿಕ್ಕಿತು... ತಳ ಸಮುದಾಯಗಳು ಅಕ್ಷರಗಳ ಬೆನ್ನಟ್ಟಿದವು... ನಿರುದ್ಯೋಗಿಗಳಿಗಿ ಉದ್ಯೋಗ ಲಭಿಸಹತ್ತಿತು...

ಆದರ ಅದ ಇನ್ನೂ ಸಂಪೂರ್ಣ ಈಡೇರೆದ ಏನು? ಇಲ್ಲಿ ನೋಡ್ರಿ... *(ಕತ್ತಲೆ ಮತ್ತು ಬೆಳಕು)*

*(ರಂಗದ ಇನ್ನೊಂದು ಸ್ಥಳ. ವಿಶ್ವವಿದ್ಯಾಲಯದ ಸಮಾಜಶಾಸ್ತ್ರ ಪ್ರೊ. ಗೌರಿ ದೊಡಮನಿ ಬಾಜಿರಾವರಿಗೆ ಮತ್ತು ಡಾ.ಕಲ್ಲೂರ ಅವರಿಗಾಗಿ ಕಾಯುತ್ತಿರುವರು. ಅವರ ಮಿತ್ರರಾದ ಡಾ. ಕಲ್ಲೂರ ಬಾಜಿರಾವ ಬಂದ*

*ಸ್ವಲ್ಪ ಸಮಯದ ನಂತರ ಬರುವರು. ಅವರು ಸರಕಾರಿ ಆಸ್ಪತ್ರೆಯಲ್ಲಿ ಜನರಲ್ ಪ್ರಾಕ್ಟಿಷನರ್ ಆಗಿರುವರು. ಪ್ರೊ. ಗೌರಿ ಅವರ ಸಂಗಡ ಎನ್.ಜಿ.ಓಗಳಲ್ಲಿ ಕಾರ್ಯ ಚಟುವಟಿಕೆಗಳಲ್ಲಿ ಪಾಲ್ಗೊಳ್ಳುತ್ತಿದ್ದರು.) (ಜಾದುಗಾರ ಸಲಿಕೆ ಗುದ್ದಲಿಯನ್ನು ಪಕ್ಕಕ್ಕಿಡುವನು.)*

**ಪ್ರೊ.ಗೌರಿ:** ಲೋ ಜಾದುಗಾರ... ಗುದಲಿ ಸಣಕಿ ತಗೊಂಡು ಅಡ್ಡ್ಯಾಡಕತ್ತಿ... ಬುಟ್ಟಿ ಎಲ್ಲಿ? ಭಂಗಿ ಜಾತ್ಯಾಗಿನ ಸಮಸ್ಯಾ ಬಗಿ ಹರಿತೇನು?

**ಜಾದುಗಾರ:** ಹರಿದಿಲ್ಲ, ಬಗಿ ಹರಿಯೋ ಹಂಗ ಕಾಣತಾನು ಇಲ್ಲಾ...

**ಪ್ರೊ.ಗೌರಿ:** ಅದ್ಹೆಂಗ ಹೇಳತಿ?

**ಜಾದುಗಾರ:** ನೀವ್ ಯುನಿವರ್ಸಿಟ್ಯಾಗ ಮಾಸ್ತರಣಿ ಅದೇರಿ...! ಬಾಬುರಾವನ ಮಗ ಬಾಜೀರಾವ ಆಗ್ಯಾರ..! ಮಲನಿಷೇಧ ಕಾಯದಾನೂ ಬಂತು... ಆದರ ಏನು ಫಾಯದಾ? ಹೇಳ್ರಿ...? ಇಂದ್ ನಾಲ್ಕ ಮಂದಿ ಮ್ಯಾನ್ ಹೋಲ್ ನ್ಯಾಗ ಉಸಿರಗಟ್ಟಿ ಸತ್ರು... ಅವರ ಮನಿ ಮಂದಿ ಪರದೇಶಿ ಆದರು... ಮುಂದ?

**ಪ್ರೊ.ಗೌರಿ:** ಹಿಂಗಾಗಬಾರದಿತ್ತು... ಸೋ ಸ್ಯಾಡ್...

**ಜಾದುಗಾರ:** ಇಷ್ಟ... ಇಷ್ಟ ಆಗೋದ್... ಒಂದ್ ದುಃಖದ ಪಿಸು ಮಾತು ಅಷ್ಟ...

**ಪ್ರೊ.ಗೌರಿ:** ಈಗ ಇಷ್ಟರಾಗ ಬಾಜಿರಾಯರ ಬರತಾರ... ಡಾ.ಕಲ್ಲೂರ ಸಹ ಬರೋರಿದಾರ...

**ಜಾದುಗಾರ:** ಅವರ ಬರಲಿ, ಇವರ ಬರಲಿ, ಮತ್ತ ಯಾವುದ ಸರಕಾರ ಇರಲಿ... ಈ ಸಾವುಗೋಳ ಏನೂ ನಿಂತಿಲ್ಲ... ಈ ಕಾರ್ಮಿಕರ ಬಗ್ಗೆ ದಾದ್ ಇಲ್ಲಾ, ದರಕಾರ ಇಲ್ಲಾ... ಎಲ್ಲಾ ಮೊಸಳಿ ಕಣ್ಣೀರು... ಎಲ್ಲಾ ಮನಮಾನೀನ ನಡದೇತಿ... ಒಂದ ಮಾಲಿಯ ಕರಿಮಣಿಗಳು... *(ಬಾಜಿರಾವ ಬರುವರು. ಗೌರಿ ಬಾಜಿರಾವ ಪರಸ್ಪರ ಮಂದಸ್ಮಿತ ಸೂಸುವರು.)*

**ಬಾಜಿರಾವ:** ಅದೇನು ಕರಿಮಣಿ ಬಿಳಿಮಣಿ ಅನ್ನಾಕತ್ತಿ?

**ಜಾದುಗಾರ:** ಅಗಾ ಬಂದರು ನೋಡ್ರಿ... ಅಲ್ಲಾ? ನಿಮ್ಮ ಕೈಯ್ಯಾಗಿನ ಮಲದ ಬುಟ್ಟಿ ಮಾಯಾತು... ಕಲಿತು ಸಾಹೇಬರ ಆದಿರಿ... ತಲಿ ಮ್ಯಾಲಿ ಮಲ ಹೊರೊ ನಿಷೇಧ ಕಾಯದಾನೂ ಬಂತು... ಅದರ ಆ ಸಮಸ್ಯಾ ಸಮಸ್ಯಾನ ಆಗಿ ಉಳದೇತಿ... ಬಗೀನ ಹರಿದಿಲ್ಲ... ಯಾಕ? ಸಮಾಜದ್ದು ಇಷ್ಟ ದುರ್ಲಕ್ಷ್ಯ! ನೀವ್ ಸಾಹೇಬರಾಗಿ ಏನುಪಯೋಗ?

**ಬಾಜಿರಾವ:** ಅದ್ಯಾನ್ ಬಿಡಿಸಿ ಹೇಳೋ...

**ಜಾದುಗಾರ:** ಇಂದ ಹರಿವತ್ತ ನಾಲ್ಕ ಮಂದಿ ಮ್ಯಾನ್ ಹೋಲ್‌ನ್ಯಾಗ ಸತ್ತರು... ದುನಿಯಾಕ್ಕ ಯಾವ ಫರಕಿಲ್ಲ, ಎಂದಿನಂಗ ಎಲ್ಲಾ ಸುಖರೂಪ ನಡದೇತಿ... ನೀವ್ ಸಾಹೇಬ ಆಗೇರಿ... ವಿಚಾರ ಮಾಡ್ರಿ...

**ಬಾಜಿರಾವ:** ಓಹ್ ಗಾಡ್!

**ಜಾದುಗಾರ:** ಚಂದಿರನ ಮ್ಯಾಲ ಹೋದರು... ಅದೇನೋ ಚಂದ್ರಯಾನ ಸಕ್ಸೆಸ್ ಆತು, ಹೋ.. ಅಂತ ಜನ ಖುಷಿ ಪಟ್ಟರು... ಖುಷಿ ಪಡಲಿ, ಪಡಬೇಕನ... ಆದರ ಇನ್ನೂ ಮನಷ್ಯಾರು ಕೆಳಗ ಮ್ಯಾನ್‌ಹೋಲ್‌ನ್ಯಾಗ ಉಸಿರಗಟ್ಟಿ ಸಾಯಾಕತ್ತಾರಲ್ಲ! ವಿಚಾರ ಮಾಡೋದು ಬ್ಯಾಡಾ? ಸತ್ತರ ಅದೆಷ್ಟ ಜನಾ ದುಃಖ,ಸಂಕಟ ಪಡತೀರಿ? ಹಿಪೊಕ್ರಸಿಗೂ ಒಂದ ಮಿತಿ ಇರಬೇಕು...

**ಬಾಜಿರಾವ:** ಎಂಥ ಮರ್ಮಕ್ಕ ಹತ್ತೊ ಮಾತು... ನನಗ ಅರ್ಥ ಆಗತೇತಿ...

**ಜಾದುಗಾರ:** ಏನ್ ಮಾತು... ಏನ ಅರ್ಥ! ಹೇಳೋದ್ ನನ್ನ ದಗದ,ಹೇಳೇನಿ... ಬುಟ್ಟಿ ಜಾದುವಿನಿಂದ ಮಾಯ ಆಗಿತ್ತು... ಅರಸರ ಜಾದೂ... ಆದರ ವಾಸ್ತವದಾಗ ಖರೆ ಖರೆ ಮತ್ತ ಎದ್ದ ಕುಣಿಲಿಕ್ಕ ಹತ್ತೇತಿ... *(ಗೌರಿಯವರಿಗೆ)* ಜೇತ, ಚಾಕರಿ ಆಂ!... ನಿಮ್ಮ ಸಲಿಕಿ ಗುದ್ದಲಿ ಬಾಜೂಕ ಅದಾವು... ಹುಷಾರಾಗಿ ನೋಡಕೋರಿ... ಬರತೀನಿ...

*(ಜಾದುಗಾರ ಹೋಗುವನು, ಡಾ.ಕಲ್ಲೂರು ಬರುವರು. ಇಬ್ಬರು ಎದುರಾಬದುರಾದಾಗ ಕೆಲವು ಕ್ಷಣ ಪರಸ್ಪರ ನೋಡಿ ಹೊರಡುವರು.)*

**ಡಾ. ಕಲ್ಲೂರು:** ಅವನ ಮಾರಿ ಮ್ಯಾಲ ಬಾಡಿದ ಬ್ಯಾಸರದ ಕಳೆ ಇತ್ತು...

**ಪ್ರೊ.ಗೌರಿ:** ಹುಂ, ಇವತ್ತ ಮುಂಜಾನಿ ನಾಲ್ಕ ಮಂದಿ ಸಫಾಯಿ ಕಾಮಗಾರರು ಮ್ಯಾನ್ ಹೋಲನ್ಯಾಗ ಜೀವಾ ಕಳಕೊಂಡ್ರು...

**ಬಾಜಿರಾವ:** ಇಷ್ಟ ಅತ್ಯಾಧುನಿಕ ಯಂತ್ರದ ಯುಗದಾಗನೂ ಹೆಲ್ಪಲೆಸ್ ಆಗಿದೀವಿ... ಶೇಮ್ ಆನ್ ಅವರ್ ಸಿಸ್ಟಮ್...

**ಡಾ.ಕಲ್ಲೂರ:** ಅದ್ ಬಿಡ್ರಿ ಬಾಜಿರಾವ್, ಮತ್ತ ಈ ಸಿಸ್ಟಮ್‌ಗ ಬುದುಗ್ಗನ ಆಗಾಗ ಎದ್ದ ಕುಂದರತೇತಿ... ಭಂಗಿ ಜನ ಮತ್ತ ತಮ್ಮ ಮೂಲ ದಗದ ಮಾಡತಾನ ಇರತಾರ... ಮೊನ್ನಿ ಪಗಾರ ಕೊಡಲಿಲ್ಲಂತ ಮಲ ಸುರುವಿಕೊಂಡ್ರು... ಆ ಅಧಿಕಾರಿ ಯಾಕ ಟೈಮಿಗಿ ಪಗಾರ ಕೊಡಲಿಲ್ಲ... ಈ ವ್ಯವಸ್ಥೆ ಒಂದ್ ಸಾವಿರ ಡಾಲರ್ ಪ್ರಶ್ನೆ... ಅದನ್ನು ಬಿಡಿಸೋದ ಮತ್ತೊಂದ್ ಚ್ಯಾಲೆಂಜ್!

**ಡಾ.ಕಲ್ಲೂರ:** ಬಾಜಿರಾವ ನಾನೂ ಮಲ ಎತ್ತಿದೀನಿ! ಆದರ?

**ಬಾಜಿರಾವ:** *(ಆಶ್ಚರ್ಯದಿಂದ)* ವಾಟ್! ನೀವು? ಉಚ್ಚ ಕುಲೋತ್ತಮರು...!

**ಪ್ರೊ.ಗೌರಿ:** ಡಾಕ್ಟರಸಾಹೇಬರ ಏನ ಹೇಳಾಕತ್ತೇರಿ?

**ಡಾ.ಕಲ್ಲೂರ:** ಹೌದ ನಾನ! ಅದಕ್ಕ ಜಾತಿ ಕುಲ ಗೋತ್ರ ಬೇಕಾಗತೇತಿ ಏನು? ಭಾಳ ವರ್ಷಗಳ ಹಿಂದ... ಮೆಡಿಕಲ್ ಓದತಿದ್ನಿ... ಆಗ ನನ್ನವ್ವ ನರದ ಸಮಸ್ಯಾದಿಂದ ಹಾಸಿಗಿ ಹಿಡಿದಿದ್ಳು... ವರುಷಗಟ್ಟಲೇ ಒಂದ ಖೋಲಿಯೊಳಗ... ನಾ ಒಬ್ಬನ ಮಗಾ... ನನ್ನ ಅಕ್ಕಾ ಗಂಡನ ಮನ್ಯಾಗ... ಒಮ್ಮಿ ಏನಾತಂದರ... ಅವರನ್ನ ನೋಡಿಕೋ ನರ್ಸ್ ಒಂದ ವಾರ ಸಂಬಂಧಿಕರ ಮದ್ವಿಗಿ ಅಂತ ರಜಾ ಹಾಕಿ ಹ್ವಾದಳು... ಆಗ ನನ್ನ ಸತ್ವ ಪರೀಕ್ಷಾನ ಶುರುವಾತ... ಒಂದ ಮೆಸ್ ನಿಂದ ಊಟ ಬಂದು ಹೋಗತ್ತಿತ್ತ... ಫೋನ್ ಮಾಡಿ ಕರೆದರ ಬಾಜು ಮನಿಯವರು ನೀರ ನಿಡಿ ತಂದಿಟ್ಟ ಹೋಗತ್ತಿದ್ದರು... ಒಬ್ಬ ಅವ್ವನ ಪರಿಚಯದಾಕಿ ಊಟ ಉಣಿಸಿ ಹೋಗತ್ತಿದ್ದಳು... ಆದರ ಯಾರೂ ಇಲ್ಲದಾಗ ಅವ್ವಳಿಗಿ ಸಂಡಾಸ ಬಂದರ ಅದನ್ನು ಹೆಂಗ ಒಂದ್ ಪ್ಲಾಸ್ಟಿಕ್ ನ್ಯಾಗ ತಗದು ಮಡಚಿಡೋದನ್ನ ನರ್ಸ್ ಕಲಿಸಿ ಕೊಟ್ಟಿದ್ದಳು..ಎಮರ್ಜನ್ಸಿ... ಹಂಗ ಅವ್ವ ಕಕ್ಕಸನ್ನ ಮಡಚಿ

ಒಂದ್ ಸಣ್ಣ ಪ್ಲಾಸ್ಟಿಕ್ ಬಕೆಟ್‌ನ್ಯಾಗ ಇಟ್ಟಿರುತ್ತಿದ್ದಳು... ನಾ ಕ್ಲಾಸ್‌ಮುಗಿಸಿ ಬ್ರೆಕ್ ಇದ್ದಾಗ ಆ ಬಕೆಟಿನಾಗಿನ ಸಂಡಾಸ ಸಾರ್ವಜನಿಕ ಪಾಯಿಖಾನೆ ಇರೋ ಜಾಗಕ್ಕ ಒಯ್ದು ವಿಲೇವಾರಿ ಮಾಡಿ ಬರತಿದ್ನಿ... ಹಂಗ ಒಯ್ಯುವಾಗ ವಿಲಕ್ಷಣ ದುರ್ಗಂಥ ಮೂಗಿಗಿ ಅಡರತ್ತಿತ್ತು... ಅಲ್ಲಿ ಬಾಜೂಕ ನೀರಿನ ಹೌದಿತ್ತು... ಅಲ್ಲಿ ಆ ಬಕೆಟ್ ಅನ್ನು ಸೋಪ್ ಪೌಡರ್ ಹಾಕಿ ತೊಳಿತದ್ನಿ... ತೊಳೆವಾಗನೂ ಕೆಟ್ಟವಾಸನಿ... ಮತ್ತ ಚಿಕ್ಕ ಬಿಳಿ ಹುಳಾ ಬುಚಗುಡತಿದ್ವು... ಹೂಂ... ಈಗಲೂ ಆ ವಾಸನಿ ಸ್ಮೃತಿ ಒಳಗೈತಿ... *ನಿಟ್ಟುಸಿರು ಬಿಡುವನು)* ನಿಮ್ಮ ಅಪ್ಪ.ಅಜ್ಜಿ ಸಂಕಟ ಎಷ್ಟ ಮತ್ತ ಹೆಂಗಿರಬೋದು? ಯಾರಿಗಿ ಅರ್ಥ ಆತಿಲ್ಲೊ ಗೊತ್ತಿಲ್ಲ... ನನಗ ಮಾತ್ರ ಆತು...

**ಬಾಜಿರಾವ:** ಡಾಕ್ಟರ್ ಸಾಹೇಬರ ನೀವು ಭಾಳ ದೊಡ್ಡ ಮನಷ್ಯಾರ!

**ಪ್ರೊ.ಗೌರಿ:** ಖರೇನ ರೀ...

**ಡಾ.ಕಲ್ಲೂರ:** ಇರಲಿ ಮುಂದಿನ ದಗದ?

**ಪ್ರೊ.ಗೌರಿ:** ಕೆಲವು ಶಹರಗಳೊಳಗ ಪಾಯಿಖಾನಿಗಳನ್ನ ಸ್ವಚ್ಛ ಮಾಡಿಕೊಡೊ ಧಂದೆದ್ದು...

**ಬಾಜಿರಾವ:** ಯಂತ್ರಗಳಿಂದ ಪಾಯಿಖಾನೆ ಸ್ವಚ್ಛ ಮಾಡತಾರ... ಅದೊಂದ ಛಲೊ ನಡದೇತಿ... ನಾಲ್ಕರಿಂದ ಐದ ಸಾವಿರದೊಳಗ.. ಟ್ಯಾಂಕ್ ಸ್ಥಿತಿಗತಿ ಮ್ಯಾಲ ನಿರ್ಭರ ಆಗಿರತೇತಿ... ಈಗ ನೋಡಿಕೊಂಡ ಬರೋದೈತಿ...

**ಪ್ರೊ.ಗೌರಿ:** ನಾ ಡಿಪಾರ್ಟ್‌ಮೆಂಟಿಗಿ ಹೋಗ್ತೀನಿ...

**ಬಾಜಿರಾವ:** ಒಕೆ

**ಡಾ.ಕಲ್ಲೂರ:** ಇದನ್ನ ಮುಗಿಸಿ, ರಾವರನ್ನ ಆಫೀಸ್‌ಗಿ ಕಳಿಸಿ ಬರತೀನಿ... *(ಹೊರಡುವರು... ನಿಧಾನ ಕತ್ತಲೆ)*

# ಪ್ರವೇಶ ೪

*(ಬೆಳಕು. ಜಾದುಗಾರ ಬರುವನು. ಅಲ್ಲಿ ಪಕ್ಕದಲ್ಲಿ ಸಲಿಕೆ ಗುದ್ದಲಿ ಇದ್ದವು.)*

**ಜಾದುಗಾರ:** ಈ ಮಾಸ್ತರಣಿ ಸಲಿಕಿ ಗುದ್ದಲಿ ಇಲ್ಲಿಯೇ ಇಟ್ಟಾ ರ...

*(ಪ್ರೇಕ್ಷಕರತ್ತ)* ಹಂಗ ನಿಮ್ಮ ಸಂಗಡಾನ ನನ್ನದು ಗುದ್ದಾಟ ಇರತೈತೀನ... ಒಂದಟು ಜಾಗರದ ಬಗ್ಗಿ ವಿಚಾರ ಹೊಳಿತು... ಪ್ರತಿ ಪ್ರಜೆಗಳು ತಮ್ಮ ಮೂಲಭೂತ ಹಕ್ಕುಗಳ ಬಗ್ಗೆ ಜಾಗರೂಕರಾದರು. ಆದರ, ಸ್ವಾತಂತ್ರ್ಯ ನಂತರ ಎರಡ್ಮೂರ ದಶಕಗಳು ಉರುಳಿದರೂ ಜೀತ,ಚಾಕರಿ ಅಂಥಾ ಅಮಾನವೀಯ ಪದ್ಧತಿ ಇನ್ನೂ ಜೀವಂತನ ಇತ್ತು. ಸಮಾಜದೊಳಗ ಬಡವಂದರ ಕಡು ಬಡವ, ಸಿರಿವಂತರಂದರ ನೂರಾರು ಎಕರೆ ಜಮೀನಿನ ಸಿರಿವಂತ! ಎರಡೂ ವೈರುಧ್ಯಗಳ ನಡುವ ಬೃಹತ್ ಗ್ವಾಡಿ!

ಆ ಗೋಡೆ ಕೆಡವೋದು ಸುಲಭದ್ದಾಗಿರಲಿಲ್ಲ. ಈ ನೆಲದ ಎರಡು ಪ್ರಬಲ ಕೋಮುಗಳನ್ನ ಎದುರು ಹಾಕೋದು ಅಂದರ ಚೇಷ್ಟಾ ಮಾತಲ್ಲ! ಹೆಜ್ಜೇನಿಗಿ ಕೈ ಹಾಕಿದಂಗ!

ಆದರ ಅರಸರದು ಒಂದ ಧ್ಯೇಯ, ಒಂದ ಧೋರಣೆ, ಗಟ್ಟಿ ವಿಚಾರ– ಭೂ ಸುಧಾರಣೆ– ಉಳುವವನ ಭೂ ಒಡೆಯ ಆಗನ ಬೇಕು ಮತ್ತ ಜೀತ ಪದ್ಧತಿ ತೊಲಗಬೇಕು... ಏನಂತೀರಿ?

*(ಕತ್ತಲೆ.)*

*(ಬೆಳಕು. ವಿಶ್ವವಿದ್ಯಾಲಯ ಒಂದರ ಸಮಾಜಶಾಸ್ತ್ರ ವಿಭಾಗ. ಪ್ರೊ. ಗೌರಿ ದೊಡಮನಿ ಕಾರ್ಯನಿರತರು. ಹಲವು ವಿದ್ಯಾರ್ಥಿ–ವಿದ್ಯಾರ್ಥಿನಿಯರು ಬರುವರು. ಪ್ರೊ. ದೊಡಮನಿ ಅವರಿಗೆ ಪ್ರೊಜೆಕ್ಟ್ ವರ್ಕ್ ಹಂಚುವುದಿತ್ತು.)*

**ವಿದ್ಯಾರ್ಥಿ ೧:** ಗುಡ್ಮಾರ್ನಿಂಗ್ ಮೆಡಮ್... *(ಉಳಿದವರು ಗುಡ್ಮಾರ್ನಿಂಗ್ ಎಂದು ಪುಟಪುಟಿಸುವರು.)*

**ಪ್ರೊ. ಗೌರಿ:** *(ತಲೆಯೆತ್ತಿ)* ಗುಡ್ಮಾರ್ನಿಂಗ್, ಏನೆಲ್ಲ ಒಮ್ಮೆಲೆ ದಾಳಿಯಿಟ್ಟೇರಿ...!

**ವಿದ್ಯಾರ್ಥಿ ೧:** ಅದ ಮೆಡಮ್ ತಾವ ಬರಲಿಕ್ಕೆ ಹೇಳಿದ್ರಿ ಅಲ್ಲ!

**ವಿದ್ಯಾರ್ಥಿ ೨:** ಅದು *(ಉಗ್ಗರಿಸುವನು)* ಪ ಪ ಪ...

**ವಿದ್ಯಾರ್ಥಿನಿ ೧:** ಪ್ರೊಜೆಕ್ಟ್ ವರ್ಕ್ ಬಗ್ಗೆ...

**ಪ್ರೊ. ಗೌರಿ:** *(ಜ್ಞಾಪಿಸಿಕೊಂಡಂತೆ)* ಹಾಂ, ಮರೆತಿದ್ನಿ... ಈ ಹಾಳ ಮರವು ಒಂದು ಕಾಡತೇತಿ... ಹಾಂ! ಏನೇನು ತಯಾರಿ ಮಾಡಿಕೊಂಡ ಬಂದೇರಿ?

**ವಿದ್ಯಾರ್ಥಿನಿ ೨:** ಮೆಡಮ್ ನೀವ ಹೇಳತೀನಿ ಅಂದಿದ್ರಿಯಲ್ಲ?

**ವಿದ್ಯಾರ್ಥಿ ೨:** ಖ ಖ ಖ ಖರೇನ ಮೆಡಮ್...

**ಪ್ರೊ. ಗೌರಿ:** ಅದ್ಯಾವಗಪ? ನೀವು ಏನನ್ನೂ ಮಾಡದ ಇದ್ದಾಗ ಹೇಳತೀನಿ ಅಂದಿದ್ನಿ... ಅಲ್ಲ, ನಿಮಗ ಒಂದಿಷ್ಟು ಜೀವನಾನುಭವಾನ ಇಲ್ಲೇನ? ನಮ್ಮ ಸುತ್ತಲೂ ಎಂಥೆಂಥ ಅವಘಡಗಳು ನಡಿತಿರತಾವು, ಮಹಿಳಾ ದೌರ್ಜನ್ಯ, ಹಿಂಸೆ, ರೈತರ ಆತ್ಮಹತ್ಯೆ ಇರಬೋದು ಇವ್ಯಾವುದು ನಿಮಗ ಸಂಬಂಧನ ಇಲ್ಲೇನು? ಅಷ್ಟ ಯಾಕ ಮತ್ತ ನಾಲ್ಕ ಮಂದಿ ಮ್ಯಾನ್ ಹೋಲ್ ನ್ಯಾಗ ಉಸುರಗಟ್ಟಿ ಸತ್ತರು...

*(ವಿದ್ಯಾರ್ಥಿಗಳು ಕೆಲ ಕ್ಷಣ ದಿಗ್ಭ್ರಮೆಗೆ ಒಳಗಾಗುವರು. ಮತ್ತೆ ಸಾಮಾನ್ಯರಂತೆ)*

**ವಿದ್ಯಾರ್ಥಿನಿ ೧:** ಅದರಿ ಮ್ಯಾಮ್...

**ವಿದ್ಯಾರ್ಥಿನಿ ೨:** ಆದರ ಆಳಕ್ಕ ಹೋಗಿ ವಿಚಾರ ಮಾಡಬೇಕ್ರಿ!

**ಪ್ರೊ. ಗೌರಿ:** ಅದ್ಹೆಂಗ ಹೋದೇರಿ? ನಿಮ್ಮ ಕೈಯ್ಯಾಗ ಆಟಣಿಕಿ ಬಂಗ ಕುಂತಾವಲ್ಲ! ಅದ್ಹೆಂಗ ವಿಚಾರ ಮಾಡೇರಿ?

**ವಿದ್ಯಾರ್ಥಿ ೨:** ಆ ಆ ಆ ಆಟಣಿಕಿ ಮ್ಯಾಮ್!

**ಪ್ರೊ. ಗೌರಿ:** ಮೊಬೈಲ್! ಮತ್ತದರೊಳಗಿನ ಆಟ! ಆ ಮಾಯಾ ಪ್ರಪಂಚದಾಗ ಮೈ ಮರೆತ ಮ್ಯಾಲ, ಈ ಹಸಿವು, ರೈತ, ಹಿಂಸೆ,ಸಾವು ದೂರದ ಮಾತು... *(ತಡೆದು)* ಸಮಾಜಶಾಸ್ತ್ರ ಕಲಿಯೋರು ಸಾಮಾಜಿಕ ವ್ಯವಸ್ಥೆ ಅರ್ಥಮಾಡಿಕೊಳ್ಳಲಿಕ್ಕೆ ಆಗೋದಿಲ್ಲಂದರ ಹೆಂಗ?

**ವಿದ್ಯಾರ್ಥಿನಿ ೧:** *(ತಡವರಿಸಿ)* ಮೆಡಮ್ ಅದು...

**ಪ್ರೊ. ಗೌರಿ:** ಅದು ನಿಮ್ಮ ತಪ್ಪಲ್ಲ. ನನ್ನಂಥೋರ ನಿಷ್ಕಾಳಜಿ, ಅವ್ವಪ್ಪಂದಿರ ನಿರ್ಲಕ್ಷ್ಯ! *(ತಡೆದು)* ಹೋಗಲಿ ಮೊನ್ನಿ ಒಂದು ದೊಡ್ಡ ಸುದ್ದಿ ಆತು... ಟೀವ್ಯಾಗ, ಪೇಪರನ್ಯಾಗ ಬಂತು... ನೋಡೇರಿ–ಓದೇರಿ?

*(ವಿದ್ಯಾರ್ಥಿಗಳು 'ಇಲ್ಲ' ಎನ್ನುವಂತೆ ತಲೆಯಾಡಿಸುವರು.)*

*(ಪ್ರೊ. ಗೌರಿ ದೊಡಮನಿ ತನ್ನ ಕಾರ್ಯನಿರತ ಸ್ಥಳದಿಂದ ಏಳುತ್ತ ರಂಗದ ಒಂದು ಬದಿಗೆ ಬರುವರು. ವಿದ್ಯಾರ್ಥಿಗಳು ಅವರತ್ತ ದೃಷ್ಟಿ ಹೊರಳಿಸುವರು.)*

ಪುಣೆಯೊಳಗ ಸಫಾಯಿ ಕಾರ್ಮಿಕ ಒಬ್ಬಳಿಗಿ ಅವಳ ಉತ್ತಮ ಕಾರ್ಯಕ್ಕ ನೀಡೋ ಪ್ರಶಸ್ತಿ ಬಂತು. ಆ 'ಉತ್ತಮ' ಕೆಲಸ ಯಾವುದಿರಬೋದು ಹೇಳ್ರಿ ನೋಡೋಣ?

*(ವಿದ್ಯಾರ್ಥಿಗಳು ಸುಮ್ಮನೆ ಇದ್ದರು.)*

ನೀವ ಹೇಳೋದಿಲ್ಲ ನಂಗೊತ್ತು, ನಾನ ಹೇಳತೀನಿ, ಕೇಳ್ರಿ...

ಈ ಪ್ರಶಸ್ತಿ ಸ್ವೀಕರಿಸುವಾಗ ಖುಷಿ ಪಡಬೇಕೋ, ಇಲ್ಲ ದುಃಖ ಪಡಬೇಕೋ ಎಂಬ ಗೊಂದಲದೊಳಗ ಆ ಹೆಣ್ಮಗಳು ಕುಸಿದು ರೋಧಿಸ ಹತ್ತಿದಳು...

**ವಿದ್ಯಾರ್ಥಿಗಳು:** ಮೆಡಮ್!

**ಪ್ರೊ. ಗೌರಿ:** ಹುಂ, ಯಾವ ಸಮಾಜದ ದೃಷ್ಟಿಯಲ್ಲಿ ನಿಕೃಷ್ಟ ಅಂತ ತಿಳಿಯಲ್ಪಟ್ಟಿರತಾರೋ ಆ ಕೆಲಸಕ್ಕ ಪ್ರಶಸ್ತಿ ಬಂತು... ಸಾರ್ವಜನಿಕರ ಮಲ ಎತ್ತಿದ್ದಕ್ಕ!

*(ವಿದ್ಯಾರ್ಥಿಗಳಿಗೆ ಅಚ್ಚರಿಯಾಗುವುದು.)*

ಪ್ರಶಸ್ತಿ, ಪುರಸ್ಕಾರಕ್ಕ ಏನೆಲ್ಲ ನಡಿತೇತಿ, ಮಾಡತಾರ ಖರೆ... ಆದರ ಇದನ್ನ ಹೆಂಗ ಅರ್ಥೈಸುತೀರಿ? ಇದು ನಿಮ್ಮನ್ನು ಕಾಡೋದಿಲ್ಲೇನು? ಇಂಥವು ನಿಮಗ ತಟ್ಟಲಿಲ್ಲಂದರ ನೀವ ಮನುಷ್ಯರ ಅಲ್ಲ, ಜೀವಂತ ಹೆಣ, ಇಲ್ಲ ಯಂತ್ರ, ರೋಬೋಟ್! ಇಟ್ಸ್ ಆಲ್ ಡಿಸ್‌ಗಸ್ಟಿಂಗ್! *(ಚಡಪಡಿಸುವರು.)*

ನೀವು ಇಂಥೋರ ಬಗ್ಗೆ ಸ್ಟಡಿ ಮಾಡಿ ಪ್ರೊಜೆಕ್ಟ್ ಮಾಡಬೇಕು... ಸೈ ಅನಿಸಿಕೋಬೇಕು... ಒಂದ್ ಲೈಫ್ ಎಕ್ಸಪಿರಿಯನ್ಸ್ ಇಲ್ಲದಿದ್ದರ ಜೀವನ ನರಕ ಆಗತೇತಿ... ಇಲ್ಲದಿದ್ದರ ನೀವಾಗಲಿ ಅಥವಾ ನನ್ನಂಥೋರ ಆಗಲಿ ಮಾನವಂತರಾಗಿ ಬದುಕೋದಕ್ಕ ಕಷ್ಟನ,

**ವಿದ್ಯಾರ್ಥಿ ೧:** ಹಂಗಂದರ ಮ್ಯಾಮ್?

*(ನಿರೀಕ್ಷಿಸಿದಂತೆ ಪ್ರೊ. ಗೌರಿ ದೊಡಮನಿ ಅವರ ಮಿತ್ರರಾದ ಡಾ. ಕಲ್ಲೂರ ಹೊರಳಿ ಬರುವರು.)*

*(ಅವರು ಕೆಲವು ನಿಮಿಷ ಮುಂಚೆ ಬಂದವರು ಇವರ ಮಾತು ಆಲಿಸುತ್ತಿದ್ದರು.)*

**ಡಾ. ಕಲ್ಲೂರ:** ಅದನ್ನ ನಾ ಹೇಳತೀನಿ... ಹೊರಗ ನಿಮ್ಮ ಕೊನಿ ಮಾತುಗಳನ್ನ ಕೇಳಿಸಿಕೊಂಡಿನಿ... ಒಟ್ಟ ಮರ್ಮ ಅಂತೂ ಗೊತ್ತಾತು...

**ಪ್ರೊ. ಗೌರಿ:** ಬರ್ರಿ ಸರ್... ಇಬ್ಬರೂ ಹೋಗಿ ಬಂದ್ರಿ ಅಂದಂಗಾತು... ನೈಸ್... ಹೋದ ದಗದ ಏನೇನಾತು?

**ಡಾ.ಕಲ್ಲೂರ:** ಇದನ್ನ ನೀವೂ ಕೇಳಿಸಿಕೊಳ್ರಿ... ಗುಡ್ ನ್ಯೂಜ್ ಅಂದರ, ಈಗ ಕಕ್ಕಸಾನ ಮಶೀನುಗಳಿಂದ ಎತ್ತಲಿಕ್ಕೆ ಶುರುವು ಮಾಡ್ಯಾರ...

**ಪ್ರೊ.ಗೌರಿ:** ಛಲೋನ ಆತು ಬಿಡಿರಿ...

**ಡಾ.ಕಲ್ಲೂರ:** ಪಂಚಾಯತಿ ಮತ್ತ ಮುನ್ಸಿಪಾಲಿಟಿಗೋಳದ್ದು ಮಶೀನ್ ವ್ಯವಸ್ಥೇಲಿ ಸಿಂಹ ಪಾಲೇತಿ... ಮೂರ ಸಾವಿರದಿಂದ ಐದು ಸಾವಿರ ರೂಪೈದಾಗ ಸಂಡಾಸ ಟ್ಯಾಂಕ್ ಖಾಲಿ ಮಾಡಿ ಕೊಡತಾರ... ಇದನ್ನೆಲ್ಲ ಮಾಡೋರಿಗಿ ಮದಗಾಸಿಗಳಂತ ಮಂದಿ ಕರಿತಾರ... ಹುಂ, ಬದಲಾವಣಿ ಅಂತೂ

ಆಗಲಿಕ್ಕ ಹತ್ತೇದ, ಅದಕ್ಕ ಕಾರಣ– ಈ ಭಾಗದಾಗ ಅಂಬೇಡಕರ,ಫುಲೆ ಮತ್ತ ದೇವರಾಯ ಇಂಗಳೆಯವರ ಜನಜಾಗರ ಕಾರಣಾನ!

**ಪ್ರೊ.ಗೌರಿ:** ಬರೋಬ್ಬರ ಹೇಳಿದ್ರಿ... ಅಂದಂಗ ಇವರು ಇವರು ನಮ್ಮ ವಿದ್ಯಾರ್ಥಿಗಳು...

*(ವಿದ್ಯಾರ್ಥಿಗಳು ಮತ್ತು ಡಾ. ಕಲ್ಲೂರ ಪರಸ್ಪರ ನಮಸ್ಕಾರ ಹೇಳುವರು.)*

ಕೂಡ್ರಿ ಸರ್.

*(ಡಾ. ಕಲ್ಲೂರ ಕುಳಿತುಕೊಳ್ಳುವರು.)*

**ಡಾ. ಕಲ್ಲೂರ:** ಪೈಲೆ ಈ ಹುಡುಗರನ್ನ ಮಾತಾಡಸ್ತೀನಿ... *(ಪ್ರೊ. ಗೌರಿಯತ್ತ ಹೊರಳಿ)* ಆಮ್ಯಾಲ ಮೆಡಮ್ ನಿಮ್ಮ ಸರತಿ... *(ತಡೆದು)* ಮೆಡಮ್ ಹೇಳತಿದ್ರು ಕೇಳಿದಿನಿ... ಮಾನವಂತರಾಗಿ ಬದುಕಲು ಯತ್ನಿಸಲು ಲೈಫ್ ಎಕ್ಸಪಿರಿಯನ್ಸ್ ಸಹ ಮಹತ್ವದ್ದು, ಬರೋಬರ ಹೌಂದಲ್ಲ?

*(ವಿದ್ಯಾರ್ಥಿಗಳು ತಲೆಯಾಡಿಸುವರು.)*

**ವಿದ್ಯಾರ್ಥಿ ೨:** ಅ ಅ ಅ ಅಗದೀ ಬರೋಬರ ಐತ್ರಿ...

**ಡಾ. ಕಲ್ಲೂರ:** *(ನಗುತ್ತ)* ಹಹಹ ಶಾಬ್ಬಾಸ್! *(ತುಸು ತಡೆದು)* ನಿಮ್ಮ ಗುರುಗಳ ಪೂರ್ವಾಪರ ಗೊತ್ತದನ?

*(ವಿದ್ಯಾರ್ಥಿಗಳು ಪರಸ್ಪರ ಮುಖ ನೋಡತೊಡಗುವರು. ಮೆಡಮ್ ಕಡೆಗೂ ನೋಡುವರು. ಅವರ ಮೊಗದಲ್ಲಿ ಮಂದಹಾಸ)*

**ವಿದ್ಯಾರ್ಥಿಗಳು:** ಇಲ್ಲ ಅಲ್ಲ?

**ವಿದ್ಯಾರ್ಥಿನಿ:** ಅವರು ಕಷ್ಟಪಟ್ಟು ಹಾಸ್ಟೆಲ್‌ದಾಗಿದ್ದು ಕಲಿತಾರಂತ ಕೇಳೀವಿ...

**ವಿದ್ಯಾರ್ಥಿ:** ಅವರಿಗಿ ಸ್ಟೈಫಂಡೋ, ಸ್ಕಾಲರ್‌ಶಿಪ್ಪೋ ಸಿಗುತಿತ್ತಂತ!

**ಡಾ. ಕಲ್ಲೂರ:** ಅಗದೀ ಖರೆ ಅದ! ನನ್ನ ಹೇಳಿಕೆಗೆ ಹತ್ತರಾನ ಅದೀರಿ... *(ತಡೆದು)* ಮ್, ಆದರ ನಿಮ್ಮ ಮೆಡಮ್ ಒಬ್ಬ ಜೀತದಾರನ ಮಗಳು ಅನ್ನೋದು ಗೊತ್ತಿಲ್ಲಲ್ಲ!?

*(ವಿದ್ಯಾರ್ಥಿಗಳು ಚಕಿತರು, ಕೊಂಚ ಗಜಿಬಿಜಿ ಶಬ್ದ)*

**ವಿದ್ಯಾರ್ಥಿನಿ ೨:** ಖಂಡಿತ ಗೊತ್ತಿರಲಿಲ್ಲ ಸರ್... *(ಉಳಿದವರು 'ಹೌದು' 'ಹುಂ' ಎನ್ನುವರು)*

**ಡಾ.ಕಲ್ಲೂರ:** ಅವರು, ಅವರ ಹಳ್ಳಿಯ ದೇವೆಂದ್ರ ಪಾಟೀಲರ ಬಳಿ ಜೀತಕ್ಕಿದ್ದ ರಾಮಪ್ಪರ ಮಗಳು...

*(ವಿದ್ಯಾರ್ಥಿಗಳು ಆಶ್ಚರ್ಯಗೊಳ್ಳುವರು.)*

**ಪ್ರೊ. ಗೌರಿ:** ಹೌದು! ನಾನೊಬ್ಬ ಜೀತಗಾರನ ಮಗಳು... ನನ್ನ ತಂದಿ ಗೌಡರ ಮನ್ಯಾಗ ಜೀತಕ್ಕಿದ್ದ...

**ಡಾ. ಕಲ್ಲೂರ:** ಮತ್ತ ನಾ ಒಬ್ಬ ಸಣ್ಣ ರೈತನ ಮಗ... ನಮ್ಮಪ್ಪ ಕುಲಕರ್ಣಿಯವರ ಹೊಲ ಊಳತ್ತಿದ್ದ... ಉಳುವವನ ಭೂ ಮಾಲೀಕ ಕಾನೂನ ಬಂದ ಮ್ಯಾಲ ನಮ್ಮಪ್ಪನ ಕೈಗಿ ಅವರ ಬೆವರ ಹಣಿಸಿದ ಜಮೀನು ಬಂತು...

**ವಿದ್ಯಾರ್ಥಿ ೨:** ಇ ಇ ಇ ಇದಕ್ಕೆಲ್ಲ ಕಾರಣ ಯಾರ ಸರ್?

**ಡಾ. ಕಲ್ಲೂರ:** ಅದ ಮುಖ್ಯ ಮುದ್ದಾ ಐತಿ... ಜರಾ ಲಕ್ಷ್ಯವಿಟ್ಟು ಕೇಳ್ರಿ... ಮೂಲತಃ ರಾಷ್ಟ್ರೀಯ ಕಾಂಗ್ರೆಸ್ ನ ಮುಖ್ಯ ಅಜೆಂಡಾನ ಉಳುವವನ ಕೈಗಿ ಜಮೀನ ಹೋಗಬೇಕನ್ನೋದು... ನೆಹರು ಅವರದೂ ಅದರ ಕಡೀನ ಒಲವಿತ್ತು... ಕಾಗೋಡು ಸತ್ಯಾಗ್ರಹದ ಬಿಸಿಬಿಸಿ ಚರ್ಚಾ ಬ್ಯಾರೆ... ಆಗ ಸಮಾಜದ ಮುಖ್ಯವಾಹಿನಿಗಿ ನಮ್ಮಂಥೋರು ಬರೂ ಹಂಗ ಮಾಡಿದೋರ ಡಿ. ದೇವರಾಜ ಅರಸರು...

**ವಿದ್ಯಾರ್ಥಿನಿ:** ಜರಾ ಬಿಡಿಸಿ ಹೇಳ್ರೆಲಾ!

**ಡಾ.ಕಲ್ಲೂರ:** ನಾಡಿನ ಪ್ರಬಲ ಕೋಮಿನ ಕಡೆ ಭರಮಸಾಟ ಜಮೀನಿತ್ತು... ಅರಸರು ಶಾಣ್ಯಾರು, ಮುತ್ಸದ್ದಿ... ಇದನ್ನ ಹೆಂಗ ಮಾಡಿದರ ಗುರಿ ಮುಟ್ಟೇವು! ಅಂತ ವಿಚಾರ ಮಾಡಿದರು... ಆಗ ಅವರು ಹುಚ್ಚಮಾಸ್ತಿಗೌಡರನ್ನ ವಿಶ್ವಾಸಕ್ಕ ತಗೊಂಡು ಅವರಿಗಿ ಕಂದಾಯ ಇಲಾಖೆ ನೀಡಿದರು... ಕರಾವಳಿಯ ಸುಬ್ಬಯ್ಯಶೆಟ್ರನ್ನೂ ತಮ್ಮ ವಿಚಾರಕ್ಕ ಒಲಿಸಿಕೊಂಡರು... ಇನ್ನ ಶಾಸಕ ಆರ್ ಎಂ ದೇಸಾಯರಂತೂ ಅರಸರ ಆಪ್ತ ಮಿತ್ರರು...

ದೇಸಾಯರ ಕತಿ ಗೊತ್ತೇನು?

**ಪ್ರೊ.ಗೌರಿ:** ಪಾಪ ಅವಕ್ಕೇನು ಗೊತ್ತರೀ

**ಡಾ.ಕಲ್ಲೂರ:** ದೇಸಾಯರು ಎರಡ ಸಾವಿರ ಎಕರೆಗೂ ಮಿಕ್ಕ ಜಮೀನ ಹೊಂದಿದ್ರು... ಅವರು ಅರಸರ ಆಪ್ತರೂ ಅಂತ ಹೇಳಿದ್ನೆಲ್ಲಾ!... ಹೀಗಾಗಿ ದೇಸಾಯರು ಅರಸರ ಬೆನ್ನಿಗಿ ನಿಂತು, ಸ್ವಖುಷಿಲೇ ಸಾವಿರಾರ ಎಕರೆ ಜಮೀನು ಬಿಟ್ಟುಕೊಡತಾರಂದರ ಸಾಮಾನ್ಯ ಮಾತಾ? ಶರಣರ ನಾಡಿನ ಅವರು ಮಾತಿಗಿ ಬದ್ಧರು... ಆದರ?

**ವಿದ್ಯಾರ್ಥಿನಿ:** ಆದರ ಏನರಿ ಸರ್?

**ಡಾ.ಕಲ್ಲೂರ:** ಸ್ವಜಾತಿಯವರಿಂದ ಟೀಕೆಗಳಿಗೂ ಒಳಗಾದರು... 'ನಿಮ್ಮ ಹಜಾರಗಟ್ಟಲೇ ಎಕರೆ ಜಮೀನ ಐತಿ ಕೊಡ್ರಿ... ಯಾರ ಬ್ಯಾಡಂತಾರು? ಆದರ ನಮ್ಮ ಹೊಲಗೋಳು ಹೋಗೋ ಹಂಗ ಮಾಡಾವರ ಹಿಂದ ಅದಿರೆಲ್ಲ ಧಣ್ಯಾರ... ನೀವ್ ಮಾಡೋದ್ ಇದ್ ಛಲೊ ಏನರೀ?' ಅಂತ ತರಾಟೇಗ ತಗೊಂಡ್ರೂನು ದೇಸಾಯರೇನೂ ಘಮ್ಮಾ ಅನ್ನಲಿಲ್ಲ... ಇಷ್ಟೆಲ್ಲ ಆದರೂನು, ದೇಸಾಯರು ರಾಜಕೀಯ ಮೇಲಾಟಗಳಲ್ಲಿ ಯಾವತ್ತೂ ಅರಸರ ಸಂಗವನ್ನು ಬಿಡಲಿಲ್ಲ... ಹೂಂ, ಹಿಂಗದ ಕತಿ ಹುಡುಗೋರ್ಯಾ... ಅರಸರ ಇರದಿದ್ದರ ನಾವಿಬ್ರು ಇಷ್ಟೆಲ್ಲ ಸಾಧಿಸಲಾಕ ಸಾಧ್ಯ ಆಗತಿರಲಿಲ್ಲ...

**ಪ್ರೊ. ಗೌರಿ:** ಇನ್ನೂ ಮಜಾ ಅಂದರ, ಒಂದ ಸೋಶಿಯಲ್ ಇಂಜಿನಿಯರಿಂಗ್ ಅರಸರದು ಜಬರದಸ್ತಾಗಿತ್ತು... ಅದು ಜನತಾ ಮನಿಗಳ ಪರಿಕಲ್ಪನಿ...

**ವಿದ್ಯಾರ್ಥಿ ೨:** ತಿ ತಿ ತಿಳಿಲಿಲ್ರಿ...

**ಪ್ರೊ.ಗೌರಿ :** ಜನತಾ ಮನಿಗಳನ್ನು ಆಜು ಬಾಜುಗಳಲ್ಲಿ ಪ್ರತಿ ಜಾತಿಯವನಿಗಿ ನೀಡಿ, ಪರಂಪರಾಗತ ಶ್ರೇಣಿಕೃತ ಕೇರಿಗಳನ್ನು ಒಡದು ಹಾಕೋದು... ಕೂಡಿ ಬಾಳೋ ಸಾಮರಸ್ಯದ ಬಾಳೆಯ ಪರಿಕಲ್ಪನೆ ಅದು! ಅದನ್ನೂ ಸಾಕಾರ ಮಾಡಿದ್ರು.. *(ತುಸು ತಡೆದು)* ಲೇ ಧೋಂಡ್ಯಾ ನಿನಗ ಬಾಡಿಗಿ ಕೊಟ್ಟಿಲ್ಲದು ನೆನಪ ಐತಿಲ್ಲ...

**ಧೋಂಡು:** ಐತಿರಿ ಮೆಡಮ್...

**ಪ್ರೊ.ಗೌರಿ:** ಯಾಕ ಕೊಟ್ಟಿರಲಿಲ್ಲ ಅದನ್ನೂ ಹೇಳಲ್ಲ...

**ಧೋಂಡು:** ವೆಜ್ ಏನು ನಾನ್ ವೆಜ್ ಅಂದರು, ಮತ್ತ ಜಾತಿ ಕೇಳಿದ್ರು... ನಾನ್ ವೆಜ್ ಅಂದ್ನಿ... ಹೊಲೆಯರ ಪೈಕಿ ಅಂದ್ನಿ... ಮನಿ ಕೊಡಲಿಲ್ಲ...

*(ಅಲ್ಲಿದ್ದ ಮುಸ್ಲಿಮ್ ಹುಡುಗ)*

**ಹುಸೇನ್ :** ನಾ ಸಾಬರಾವಂತ ನನಗ ಮನೀನ ಸಿಗಲಿಲ್ಲ... ದಲಿತರ ಕೇರಿಯೊಳಗ ಅದೀನಿ...

**ಡಾ. ಕಲ್ಲೂರ:** ಕೇಳಿದ್ರೇನು? ಹಂಗಿದ್ದಾಗ ಈ ಕಾಯದಾಗೋಳು, ಅದರಾಗೂ ಜನತಾ ಮನಿ ಪರಿಕಲ್ಪನಿ ಎಲ್ಲಾ ಕೋಮಿನ ಬಳಗಾನ ಒಂದ ಕಡೀ ಸೇರಿಸುವುದಾಗಿತ್ತು...!

**ಪ್ರೊ. ಗೌರಿ:** ಅರಸರನ್ನ ಅವರು ಮರಿಬಾರದಂದರ ನನ್ನ ಕತೀನ ಇವರಿಗಿ ಹೇಳನ ಬೇಕು... ಆಮ್ಯಾಲ ಅರಸರ ಬಗ್ಗೆ ಹೆಚ್ಚ ತಿಳಕೊಳ್ಳಾಕ ಇವರು ಪ್ರಯತ್ನ ಮಾಡಬೋದು...

**ಡಾ. ಕಲ್ಲೂರ:** ಜರೂರು ಹೇಳ್ರಿ...

**ಪ್ರೊ.ಗೌರಿ:** ಹೌದ, ಡಾಕ್ಟರ್ ಸಾಹೇಬರ ಮಾತ ಖರೆ ಅದ... ಜ್ಞಾಪಿಸಬೇಕು... ಕೆಎಚ್ ರಂಗನಾಥ್ ಸಾಹೇಬರನ್ನೂ ಜ್ಞಾಪಿಸಬೇಕು... ಅವರು ಜೀತ ಪದ್ಧತಿ ನಿರ್ಮೂಲನ ಕಾಯಿದೆ ಮಂಡಿಸಿದರು... ಒಮ್ಮೊಮ್ಮಿ ಆದೇಶಗಳೂ ಆಗತಿದ್ವು... ಬರೇ ಆದೇಶಗಳಾದರ ನಡ್ಯಾಂಗಿಲ್ಲ... ಆದೇಶಗಳು ಕೋರ್ಟನ್ಯಾಗ ಬಿದ್ದ ಹೋಕ್ಕಾವು... ಆದರ ಕಾಯದಾ ಕಾನೂನುಗಳು ಮಾತ್ರ ಗಟ್ಟಿ ತಳಪಾಯಗಳು... ಅವು ಕೋರ್ಟದಾಗ ಎದಿ ಸೆಟೆದು ನಿಲ್ಲತಾವು... ದಕ್ಷಿಣ ಕರ್ನಾಟಕ ಭಾಗದಾಗ ಜೀತ ಪದ್ಧತಿ ಹೆಚ್ಚಿನ ಪ್ರಮಾಣದಾಗಿತ್ತು... ಅದರ ಝಳಾ ಸಹಜವಾಗಿ ಅವರಿಗಿತ್ತನ... ಹಿಂಗಾಗಿ ಆ ಗುಲಾಮಗಿರೀನ ಅರಸರ ಖಂಬೀರ ನೇತೃತ್ವ ತೊಲಗಿಸಿಯೇ ಬಿಟ್ಟಿತು...

**ಡಾ.ಕಲ್ಲೂರ:** ಅದಕ್ಕ ಮೆಡಮ್ಮ ಅವರ ಕುಟುಂಬಾನೂ ಜೀತ ಮುಕ್ತ ಆತು...

**ವಿದ್ಯಾರ್ಥಿಗಳು:** ಹೇಳ್ರಿ ಮೆಡಮ್! ನಮಗೂ ಕೇಳೋ ಕುತೂಹಲ...

*(ಪ್ರೊ. ಗೌರಿ ದೊಡಮನಿ ರಂಗದ ಮಧ್ಯೆ ಬರುವರು.)*

**ಪ್ರೊ. ಗೌರಿ:** ಹೌದು ನನ ತಂದಿ ಗೌಡರ ಮನ್ಯಾಗ ಜೀತಕ್ಕಿದ್ದ... ನಾನೊಬ್ಬ ಗುಲಾಮನ ಮಗಳು... ದೇವೇಂದ್ರ ಪಾಟೀಲರ ಮನ್ಯಾಗ ಅಪ್ಪ ಜೀತದಾಳು... ನಾ ಜೀತದಾಳಿನ ಮಗಳು... ನಾನಾಗ ಸಣ್ಣವಳಾಗಿದ್ನಿ...

**ಹಾಡು:**

**ಮನಸ್ಸು ದೇಹಗಳ ಮಾರಿಕೊಂಡೋರ**
**ಬಿಡುಗಡೆಗೊಳಿಸಿದ ಧೀರ–ನಮ್ಮ ಕ್ರಾಂತಿಕಾರ**
**ಜೀತ ವಿಮುಕ್ತಿಯ ಗೈದ ಹರಿಕಾರ**
**ಸಾಲದ ಶೂಲೆಯ ತಪ್ಪಿಸಿದ ಸರದಾರ ॥**

**ರೈತ ಗುತ್ತಿಗೆದಾರ ಶೋಷಣೆ ನಿಂತು**
**ದುಡಿವವಗೆ ಖರೆ ನೆಮ್ಮದಿ ಬಂತು**
**ಶ್ರಮಜೀವಿ ಬೆವರಿಗೆ ಬೆಲೆ ನೀಡಿದೋರು**
**ಯುವಕರ ಬದುಕಿಗೆ ದಿಶೆ ತೋರಿದೋರು ॥**

**ವಂಚಿತರ ಹಕ್ಕಿಗೆ ನೀಡಿದೆ ನೀ ಪರಿಹಾರ**
**ಹಾವನೂರ ಕನಸು ಮಾಡಿದೆ ನೀ ಸಾಕಾರ**
**ಅಳಿಯಿತು ಮನದೊಳಗಿನ ಸಂಕುಚಿತತೆ**
**ಆಯಿತು ಅಖಂಡ ಕರ್ನಾಟಕ ಜನತೆ ॥**

*(ನಿಧಾನ ಕತ್ತಲೆ)*

## ಪ್ರವೇಶ–೫

*(ದೊಡಮನಿ ಶ್ರಮಿಕ ಮನೆತನ. ಆ ಮನೆತನದ ರಾಮಪ್ಪ ನೂರಾರು ಎಕರ ಜಮೀನು ಹೊಂದಿದ್ದ ಜಮೀನುದಾರ ದೇವೇಂದ್ರ ಪಾಟೀಲನ ಮನೆಯಲ್ಲಿ ಜೀತಕ್ಕಿದ್ದಾನೆ. ರಾಮಪ್ಪನ ಸೋದರ ಅಣ್ಣಪ್ಪ, ಪಾಟೀಲನ ಇಪ್ಪತ್ತು ಎಕರೆ ಜಮೀನನ್ನು ಊಳುತ್ತಿದ್ದಾನೆ. ಬಸಪ್ಪ ಅಲ್ಲಲ್ಲಿ ಕೂಲಿ ನಾಲಿ ಮಾಡಿಕೊಂಡಿದ್ದಾನೆ. ರಾಮಪ್ಪನ ಹೆಂಡತಿ ತಾರಕ್ಕ ಗೃಹಿಣಿ ಮತ್ತು ಕೂಲಿ ಕೃಷಿಕಳು.)*

*(ಬೆಳಕು. ಬರಗಾಲ ಭೀಕರವಾಗಿದೆ. ಮೇವು ಮತ್ತು ಬಡವರಿಗೆ ಕಾಳು ಲಭಿಸುವುದು ಕಡುಕಷ್ಟವಾಗಿದೆ. ರಾಮಪ್ಪ ಇದ್ದವನು ಪಾಟೀಲನಲ್ಲಿ ತನ್ನ ಮನೆಗಾಗಿ ಕಾಳುಕಡಿ ವಿಚಾರಿಸುತ್ತಾನೆ. ಪಾಟೀಲನ ಮನೆಯು ವಾಡೆಯಂತಿದೆ.)*

**ರಾಮಪ್ಪ:** *(ಒಳಬರುತ್ತ)* ಸಾವಕಾರ್‍ರ, ಅಣ್ಣಾರ...

**ಇಂದುಮತಿ:** *(ಗೌಡನ ಮಡದಿ, ಒಳಗಿಂದ)* ಯಾರು?

**ರಾಮಪ್ಪ:** ನಾನ್ರಿ ರಾಮಪ್ಪ, ದೊಡಮನಿ ರಾಮಪ್ಪರೀ...

**ಇಂದುಮತಿ:** ಬಂದ್ನಿ ತಡಿ... *(ಬರುವಳು)*

**ರಾಮಪ್ಪ:** ಸಾವಕಾರರು ಎಲ್ಲಿ ಅಂತ?

*(ಅಷ್ಟೊತ್ತಿಗೆ ದೇವೇಂದ್ರ ಪಾಟೀಲ ಹೊರಗಿಂದ ಬರುವನು.)*

**ಇಂದುಮತಿ:** ಅಕಾ, ನೀ ಹೆಸರೆತ್ತೋದ ತಡ ಬಂದರು ನೋಡ!

**ರಾಮಪ್ಪ:** *(ಓಲೈಸುವಂತೆ)* ಹಹ ಶಂಭರ ವರ್ಷ ಆಯುಷ್ಯ ನೋಡ್ರಿ, ಅಹ... ಅಕ್ಕಾರು ನೆನೆಯೋದರೊಳಗ ಬಂದ ಬಿಟ್ರಿ... *(ದೇವೇಂದ್ರ ಅಂಗಿ ತೆಗೆದು ಇಂದುಮತಿ ಕೈಗೆ ಕೊಡುವನು. ಒಳಗೆ ಮುಂಡಾ ಅಂಗಿ ಇರುವುದು. ಇಂದುಮತಿ ಅಂಗಿ ತೆಗೆದುಕೊಂಡು ಒಳಹೋಗುವಳು.)*

**ದೇವೇಂದ್ರ:** ಎಲ್ಲಿ ಶಂಭರ ವರ್ಷ ಆಯಸ್ಸೋ, ಪೈಲೆ ಹಂಗ ದಿನಗಳು ಕಾಣತಿಲ್ಲ...

**ರಾಮಪ್ಪ:** ಹಂಗ್ಯಾಕಂತೀರಿ, ತಲಿಗಿ ತಲಿ ನಿಮ್ಮ ಸೇವಾ ಮಾಡಾಕತ್ತೇವ್ರಿ ಮತ್ತ!

**ದೇವೇಂದ್ರ:** ಹುಂ, ಇನ್ನ ತಲಿ ಉರುಳೋ ದಿನ ಬಂದರೂನು ಅಚ್ಚರಿಪಡಬೇಕಿಲ್ಲ ರಾಮ್ಯಾ! ಅರಸರ ಕಾಲ ಬಂದೇತಿಯಪ... ಏನೇನೋ ಬಾತಮಿಗಳು ಕೇಳಿ ಬರಾಕತ್ತಾವು. ಅದನ್ನ ಖಾತ್ರಿ ಮಾಡಿಕೊಳ್ಳಾಕ ಹೋಗಿದ್ನಿ. *(ತಡೆದು)* ಅಂಥಾದರಾಗ ಬಿಸಿಲ ಬರ ಬ್ಯಾರೆ...

**ರಾಮಪ್ಪ:** ತಮ್ಮದೇನೋ ಅಣ್ಣಾರ... ನಮ್ಮಂಥ ಜೀತದೋರ ಗತಿ ವೈರಿಗೂ ಬರಬಾರದುರಿ.

**ದೇವೇಂದ್ರ:** *(ಮಂಚದ ಮೇಲೆ ಒರಗುತ್ತ)* ಅದಿರಲಿ... ನೀ ಇನ್ನೂ ದಗಕ್ಕ ಹೋಗಿಲ್ಲೇನು? ಆಕಡಿ ಕೆಳಗಿನ ಪಟ್ಟಿ ನಿಮ್ಮ ತಮ್ಮ ಉಳಾಕತ್ತಾನಲ್ಲ? ಅಲ್ಲಿ ದಗದ ಎಲ್ಲಿಗಿ ಬಂತು?

**ರಾಮಪ್ಪ:** ಅಣ್ಣಪ್ಪ ಅಂತಿದ್ದ, ಹೊಳಿನೀರ ಬೋರು ನೀರ ಕಮ್ಮಿ ಆಗೇತಿ ಅಂತ. ಅಟಟ ಬಂದಷ್ಟ ಉಣಿಸಾಕತ್ತಾನ್ರಿ. *(ತಡೆದು)* ತಾವ ಯಾವ ಕಡೀಂದ ಬಂದ್ರಿ ಅಣ್ಣಾರ, ಹೊಲಕ್ಕ ದೇಖರೇಖಿಗಿ ಹೋಗಿರೇನ್ರಿ?

*(ದೇವೇಂದ್ರ ಪಾನಡಬ್ಬಿಯಲ್ಲಿ ಎಲಿ, ಅಡಿಕೆ ತೆಗೆದು ತಿನ್ನುವ ಕ್ರಿಯೆಯಲ್ಲಿ)*

**ದೇವೇಂದ್ರ:** ಆಗಳೆ ಹೇಳಿದ್ನಲ್ಲೋ ದಡ್ಡ... *(ಎಲಿ, ಅಡಿಕೆ ಬಾಯಿಯಲ್ಲಿಡುತ್ತ)* ಈ ಸರಕಾರದೋರು ನಮ್ಮ ನಿದ್ದೀನ ಹಾಳ ಮಾಡ್ಯಾರು ಅಂತ!

**ರಾಮಪ್ಪ:** ಹಂಗಂದರ? ತಿಳಿಲಿಲ್ಲರಿ.

**ದೇವೇಂದ್ರ:** ಇನ್ನ ಏನಿದ್ರು ನಿಮ್ಮಗಳ ಕಾಲ ಬರತೈತೇನು ಅಂತ ಗಾಬರಿ ಆಕ್ಕೇತಿ... ಈ ದೇವರಾಜ ಅರಸರ ತಲ್ಯಾಗ ಅದೇನೋ ವಾದ, ಸಿದ್ಧಾಂತಗಳ ಭೂತ ಪಿಶಾಚಿ ಹೊಕ್ಕೇತಿ... ಹುಂ... ಆ ಹುಳಗಳು ಬುಚಗುಡತಿದಾವು...

**ರಾಮಪ್ಪ:** ವಾದ ಅಂದರ, ಜಗಳ–ಕದನ ಅಲ್ಲೇನ್ರಿ?

**ದೇವೇಂದ್ರ:** ಲೇ ರಾಮ್ಯಾ ಮಗನ, ನೀ ಜೀತಕ್ಕನ ಲಾಯಕ್ಕ ನೋಡಲೆ! *(ರಾಮಪ್ಪ ಬೇಸರಿಸುವನು. ತಲೆಕೆಳಗೆ ಹಾಕುವನು.)* ಹಾಳಾಗ ಹೋಗ್ಲಿ... ಅದು ನನಗ ಛಲೋ ತಿಳಿತಿಲ್ಲ... ಇನ್ನ ನಿಂಗ ಹೆಂಗ ತಿಳಿದೀತು ಬಿಡು! ಇದರ ಹಿಂದ ದೊಡ್ಡ ಪಿತೂರಿ ಐತಿ... ಒಂದಟ ಕಲಿತು ಹುಡುಗ್ರು ನಮ್ಮ ಮೇಲ್ಜಾತಿಯವು... ಲೋಹಿಯಾ, ಪೆರಿಯಾರ, ಫುಲೆ ಅಂತೆಲ್ಲ ಬಡಬಡಿಸಿತ ಅಡ್ಡ್ಯಾಡಕತ್ತಾವ... *(ಪೀಕದಾನಿಯೊಳಗೆ ಉಗಿಯುವನು. ಬಾಯಿ ಒರೆಸಿಕೊಳ್ಳುವನು.)* ಲೇ ಇಂಥೋರ ಹೆಸರ ಎಂದಾದರ ನಾವ ಕೇಳೇವು ಏನಲೇ? ನೀನ ಹೇಳು!

**ರಾಮಪ್ಪ:** ನಾನಂತು ಕೇಳಿಲ್ಲ... ಆದರ ಅಲ್ಲಿಲ್ಲಿ ಹರಗ್ಯಾಡೋ ಬಸೂ ಬಾತಮಿ ತರತಿರತಾನ... ಅಂವನ ಬಾಯಿಂದ ಕೇಳಿದಂಗ ಐತಿ...

**ದೇವೇಂದ್ರ:** ಈ ಅರಸರು ಕೆಳಜಾತಿ ಮಂದಿಗಿ ಸಾಲಿ ಕಲಿಸಿ ನೌಕರಿ ಕೊಡತಾರಂತ... ಭೂಮಿ ಉಳೋನಿಗಿ ಭೂಮಿ ನೀಡತಾರಂತ... *(ಕಾಲ ಮೇಲೆ ಕಾಲು ಹಾಕಿಕೊಳ್ಳುತ್ತ)* ಜೀತ ಮಾಡೋರ ಜೀತ ಬಿಡಸತಾರಂತ... ನನ್ನ ಹೊಲ ಮಾಡ್ಯಾನಲ್ಲ, ನಿನ್ನ ತಮ್ಮ ಅಣ್ಣಪ್ಪ, ಸಾವಕಾರ ಅನಿಸಿಕೊಳ್ಳಾಂವ... *(ತಡೆದು)* ಹುಚ್ಚರಾಟ!

**ರಾಮಪ್ಪ:** ಅದೆಲ್ಲ ಸಾಧ್ಯೇತಿ ಏನು ಬಿಡ್ರಿ ಅಣ್ಣಾರ... ಎಲ್ಲ ಕನಸಿನ್ಯಾಗಿನ ಮಾತು...

*(ಒಳಗಿನಿಂದ ಇಂದುಮತಿ ಬರುವಳು.)*

**ಇಂದುಮತಿ:** ಕನಸ ಅಂತಕ್ಷಣ ನೆನಪಾತು... *(ಗಂಡನಿಗೆ)* ಏನ್ರಿ, ನಟ್ಟನಸಕಿನ್ಯಾಗ ನನಗೊಂದ ಕನಸ ಬಿದ್ದಿತ್ತು... ನಸಕಿನ್ಯಾಗಿನ ಕನಸ ಖರೇ ಆಕ್ಕಾವಂತ!

**ದೇವೇಂದ್ರ:** ನೋಡ ರಾಮ್ಯಾ, ನೀ ಕನಸಂದಿ... ನನ ಹೆಂತಿಗಿ ಕನಸಬಿತ್ತು!

**ಇಂದುಮತಿ:** ಖರೇನರಿ... ನಾ ಭಾಳ ಹೆದರಿದ್ನಿ... ಎಚ್ಚರಾದಾಗ ಬೆವಿತಿದ್ನಿ... ನಮ್ಮ ಮನಿ ಮ್ಯಾಲ ಯಾಡ ಕಾಗಿ–ಗೂಗಿ ಕುಂತಿದ್ವು... ಅರಚತಿದ್ವು, ಹೆಂಚು ಖಳ ಖಳ ಒಡೆಯೋ ಹಂಗ ಮನಿಮ್ಯಾಲ ಕೂಟಿ, ಕೂರಗಿ ತಗೊಂಡ ರೈತ ಹೊಡಿತಿದ್ದ... ಮನಿ ಹಂಚೆಲ್ಲ ಫಳಿರನ ಒಡದು ಚೂರಾಗತಿದ್ವು!

**ರಾಮಪ್ಪ:** ಅದೆಲ್ಲ ಭ್ರಮಾ ಬಿಡ್ರಿ ಅಕ್ಕಾರ...

**ದೇವೇಂದ್ರ:** ಕನಸೋ, ಭ್ರಮನೋ... ಇರಲಿ... ಆದರ ಅರಸು ಮಾರಾಯ ಮೈಸೂರು ಅಂತ ಇದ್ದಿದ್ದನ್ನ ಕರ್ನಾಟಕ ಅಂದ, ನಾವೂ ಭೇಷ್ ಅಂದ್ವಿ... ಈಗ ಅದೆಲ್ಲ ಮೀರಿ ಪರಂಪರಾಗತ ಬಂದ ವ್ಯವಸ್ಥೆಯನ್ನ ಒಡದ ಚೂರ ಮಾಡಾಕ ಹೊಂಟಾನ! ನಮ್ಮಂಥೋರನ್ನ ದೇಸೋದೀಡಿಗಿ ಹಚ್ಚಲಿಕ್ಕಿ ಹೊಂಟಾನ... ಇದ ಯಾವ ನ್ಯಾಯ? *(ತಡೆಯುವನು, ಕಾಲ ಮೇಲಿನ ಕಾಲು ತೆಗೆಯುವನು.)* ಎಲ್ಲಿ ನಿನ್ನ ಮನ್ಯಾಗ ನಾ ಜೀತ ಮಾಡೋ ಪಾಳಿ ಬರತೇತಿ ಏನೋ ಯಾರಿಗ್ಗೊತ್ತು? ಹೌಂದು, ಒಮ್ಮೊಮ್ಮಿ ಹೆದರಿಕಿ ಆಕ್ಕೇತಿ! *(ತಡೆದು)* ಹುಂ, ನಂದ ಪುರಾಣ ಆತು. ಅದ್ಯಾನ ಬಂದಿ...

**ರಾಮಪ್ಪ:** ಸಾವಕಾರ ಬರ... ಮನ್ಯಾಗ ಕಾಳಿಲ್ಲ ಕೂಳಿಲ್ಲ... ಅಂಬಲಿ ಮಾಡಿಕೊಳ್ಳಾಕ ಮುಟ್ಟಿಗಿ ಹಿಟ್ಟಿಲ್ಲ... ಜರ ಜ್ವಾಳಾ ಬೇಕಿತ್ರಿ...

**ದೇವೇಂದ್ರ:** ಇದು ನನಗ ವ್ಯವಹಾರ ಮಾತ ಅನಿಸಾಂಗಿಲ್ಲ... ರೀತಿ ಪ್ರಕಾರ ಮುಗಿದ ಹೋಗೇತಿ, ಬರ ನಂಗೂ ಐತಿ...

**ರಾಮಪ್ಪ:** ನಾ ನಿಮ್ಮ ಗುಲಾಮ, ಜೀತದಾಳು! *(ಅಳುಕುತ್ತ)* ಹಗೇವುದಾಗ ಅದಾವಲ್ರಿ...

**ದೇವೇಂದ್ರ:** ಲೇ ರಾಮ್ಯಾ, ಆ ಹಗೇದಾಗಿನ ಹಕಿಕತ್ತು ನಿನಗ ಗೊತ್ತಿಲ್ಲ ಏನಲೆ? ಅಲ್ಲಿರೋ ಅಕ್ಕಿ ಜ್ವಾಳಾ ಮಾರಾಷ್ಟ್ರಕ್ಕ ಹೋಗತಾವು... ಕಾಳಾಬಾಜಾರದಾಗ ಠರಾಯಿಸಿದ ಮಾಲ ಐತಿ ಅದು...

*(ಇಂದುಮತಿ ಮಧ್ಯೆ ಬಾಯಿ ಹಾಕುವಳು.)*

**ಇಂದುಮತಿ:** ಏನೋ ನಮ್ಮಲ್ಲೇ ದುಡಿತಾನು!

**ದೇವೇಂದ್ರ:** *(ತಟ್ಟನೆ 'ಬಾಯ್ಮುಚ್ಚು' ಎಂಬ ಸನ್ನೆ ಮಾಡಿ)* ಹುಂ... *(ಹೂಂಕರಿಸುವನು) (ಇಂದುಮತಿ ಒಳಹೋಗುವಳು.)*

**ರಾಮಪ್ಪ:** ಭಾಳನ ತ್ರಾಸ ಐತಿರಿ... ಬಸೂ ಬರ ಕಾಮಗಾರಿಗಿ ದುಡ್ಯಾಕ ಹೋಗ್ಯಾನ... ಆದರ ಅವನ ಪಗಾರ ಇನ್ನ ಬಂದಿಲ್ಲ... ನೋಡ್ರಿ, ಕಳ್ಳ ತಣ್ಣಗ ಆದ ಪುಣ್ಯ ನಿಮಗ ನಿಮ್ಮ ಮಕ್ಕಳಿಗಿ ದಕ್ಕತೇತಿ!

**ದೇವೇಂದ್ರ:** ಈ ವಿಚಾರ ಮಾತಾಡು ಹಂಗಿಲ್ಲ. ನಡಿ ಇನ್ನ... ಹುಂ. *(ದಡ್ಡನೆ ಎದ್ದು ಮಹಡಿಗೆ ಹೋಗುವನು.)*

*(ರಾಮಪ್ಪ ಸಪ್ಪಗೆ ಮುಖ ಹೊತ್ತು ನಿಲ್ಲುವನು.)*

ಹಾಡು:

**ಹೊಲದಾಗ ಕೂಳು ನೀಡೋ ಕಾಳಿಲ್ಲ**
**ಬಾವ್ಯಾಗ ಬಾಯಾರಿಸೋ ನೀರಿಲ್ಲ**
**ದೇವರ ಎಲ್ಲಿಂದ ತರಲಿ ಸಕುತೀಯ**
**ದುಡಿಯೋ ರಟ್ಟೆನ್ಹೆಂಗ ಹುರಿಗೊಳಿಸಲಿ**
**ಬೆವರಾಗಿ ಬಸಿಯಿತು ಮಾಂಸ ರಗುತವು**
**ಗೌಡರ ವಾಡೆಯ ಕಾಲುವ್ಯಾಗೋ**
**ಹರಿಯಿತೋ ಕಣಕಣ ರಗುತ ವಾಡೆಯ ಕಾಲುವ್ಯಾಗ**
**ಹೊಟ್ಟೆಯನ್ಯಾಂಗ ಹೊರಕೊಳಲಿ**

**ಜೀತಕ್ಕ ಮುಕ್ತಿಯ ನೀಡೊ ರಾಯನೆಲ್ಲೋ**
**ಕಾಯುತ್ತ ಕುಳಿತೇವು ನಿನಗಾಗಿ ಬಾರೋ**
**ಕಾದು ಕಾದೂ ಸುಸ್ತಾದೇವೋ ಹೋ ದೇವ**
**ಲಗುಬಗನೆ ಬಂದು ಬಿಡಿಸೋ ಬಂಧವ ॥**

*(ನಿಧಾನ ಕತ್ತಲೆ)*

## ಪ್ರವೇಶ–೬

*(ಬೆಳಕು. ಜಾದುಗಾರ ಬರುವನು. ಆತನ ಜತೆ ಇನ್ನಷ್ಟು ಜಾದುಗಾರರು ನೃತ್ಯ ಮಾಡುತ್ತ ವಿಷಾದದಲ್ಲಿ ಇರುವರು.)*
*(ಸಲಿಕೆ ಗುದ್ದಲಿ ನಿಧಾನ ಆಡಿಸುವರು.)*

**ಜಾದುಗಾರ:** ನೋಡಿದಿರೆಲ... ತಲಿಮ್ಯಾಲ ಬಿಸಿಲ, ಕಾಲಕೆಳಗ ನೆಲದ ಝಳ! ಅದೂ ಬರದ ಝಳ... ಅಂಥಾದ್ರಾಗ ಹೊಟ್ಟಿ ಖಳಗಿ ತುಂಬಿಸಾಕ ಚಡಪಡಿಸೋದು...

ಗೌಡರು ಉರ್ಫ್ ದೇವೇಂದ್ರರಿಗೆ ತಮ್ಮ ಉತರತಿ ಕಾಲದ ವಾಸನಿ ಬಡದೇತಿ... ಸ್ವಾತಂತ್ರ ಪೂರ್ವದಲ್ಲೇನ ಭೂ ಸುಧಾರಣಾ ನೀತಿ ಬಗ್ಗೆ ಚರ್ಚೆ ಇತ್ತು... ಆಗಳೆ 'ಉಳುವವನ ಭೂ ಮಾಲೀಕ' ಅಂಬೋ ಘೋಷಣಾದ ಹಿಂದ ಸಾಮಾಜಿಕ ನ್ಯಾಯದ ಉದ್ದೇಶ ಇದ್ದ ಇತ್ತು... ಡಾಕ್ಟರ್ ಸಾಹೇಬರು ಮತ್ತು ಗೌರಿ ಮಾಸ್ತರ ಬಾಯಿಂದ ಆ ಕಥೀನ ಕೇಳಿದ್ರೆಲ... ಹುಂ, ಆದರ ಗೌಡರಂಥ ಪ್ರಬಲರಿಗಿ ದಾದ ದರಕಾರನ ಇರಲಿಲ್ಲ...

ಇದಕ್ಕ ಅನೇಕ ಅಡ್ಡಿ ಆತಂಕಗಳಿದ್ವು... ಜಮೀನ ಕಳಕೊಳ್ಳೋ ಅಂಜಿಕೆಯ ಪ್ರಬಲ ಕೋಮುಗಳು ಪ್ರಭಾವವನ್ನ ಬೀರತಾನ ಇದ್ವು... ಆದರು ಕ್ಯಾರೆ ಅನ್ನದ ಅರಸರು ಮುನ್ನುಗ್ಗಿದ್ರು... ಆದರ ಸ್ವಾತಂತ್ರ್ಯಾನಂತರ ಅದಕ್ಕ ಕಾಲಕೂಡಿ ಬರೋ ಹಂಗ ಮಾಡಿದೋರು ದೇವರಾಜ ಅರಸರು...

ದೇವೇಂದ್ರ ಅಂಥೋರ ನಿದ್ದಿ ಕರಗುತಿತ್ತು... ಕಾಗೆ–ಗೂಬೆಗಳು, ಕುಂಟೆ ರಂಟೆಗಳು ಕನಸಿನ್ಯಾಗ ಬರಾಕಹತ್ತಿದ್ವು... ಕಾಳಾ ಬಾಜಾರದಾಗ ದುಡ್ಡು ಹೊಡೆದವರಿಗಿ ಬಡವರ ಬೆವರ ರಕ್ತ ಬಸದೋರ ಹಿಡಿಶಾಪ ತಟ್ಟೆ ಬಿಡು ಕಾಲ ದೂರ ಇರಲಿಲ್ಲ...

*(ಹಾಡು ಆರಂಭ. ನಿಧಾನಗತಿ ಹೆಜ್ಜೆ ಚಲನೆಯಲ್ಲಿ)*

**ಹಾಡು:**

**ಈ ಭುವಿಯ ಮೇಲಿನ ಹಕ್ಕು ಉಳುವವಗಿರಲಿ**
**ಈ ನೀರ ಮೇಲಿನ ಸ್ವತ್ತು ಬೆವರುಣಿಸಿದವಗಿರಲಿ**
**ಯಾರೇ ಇರಲಿ ಯಾರೇ ಬರಲಿ**
**ನಮ್ಮ ಅಸ್ಮಿತೆಯ ಅರಸು ಸದಾ ಜತೆಗಿರಲಿ ॥**

**ಜೀತ–ಗುಲಾಮಗಿರಿಯ ಅನೀತಿಗೆ ಇಡು ತಿಲಾಂಜಲಿ**
**ನ್ಯಾಯ–ನೀತಿಯ ಮೀಸಲಾತಿ ಚಿರಾಯವಾಗಲಿ**
**ಯಾರೇ ಬರಲಿ ಯಾರೇ ಇರಲಿ**
**ನಮ್ಮ ಅಸ್ಮಿತೆಯ ಅರಸು ಸದಾ ಜತೆಗಿರಲಿ ॥**

**ಅರಳಿದವು ಯುವ ಪ್ರತಿಭೆಗಳು ಪ್ರಬಲರ ಸರಿಸಾಟಿಯಲಿ**
**ಸ್ತ್ರೀ ಪುರುಷರು ಭೇದವ ಎಣಿಸದೆ ವ್ಯಾಪಿಸಿದರು ಅಲ್ಲಲ್ಲಿ**
**ಯಾರೇ ಬರಲಿ ಯಾರೇ ಇರಲಿ**
**ನಮ್ಮ ಅಸ್ಮಿತೆಯ ಅರಸು ಸದಾ ಜತೆಗಿರಲಿ ॥**

*(ನಿಧಾನಗತಿಗೆ ನೃತ್ಯ ಬಂದು ನಿಲ್ಲುತ್ತದೆ. ಕತ್ತಲೆ)*

## ಪ್ರವೇಶ–೭

*(ಬೆಳಕು)*

*(ರಾಮಪ್ಪನ ಮನೆಯಲ್ಲಿ ತಾರಕ್ಕ, ಬಸಪ್ಪ, ಗೌರಿ. ಬಸಪ್ಪ ಕೆಲಸ ಏನೂ ಇಲ್ಲದಿರುವುದರಿಂದ ಕುರುಪಿ ಹದನ ಮಾಡುತ್ತಿರುವನು. ರಾಮಪ್ಪ ಕಾಳುಕಡಿ ತರಬಹುದೆಂಬ ಲೆಕ್ಕಾಚಾರದಲ್ಲಿರುವರು.)*

**ತಾರಕ್ಕ:** ಬಸೂ, ಹಿರ್‍ಯಾ ಇನ್ನ ಬರಲಿಲ್ಲ ಅಲ್ಲೋ, ಕಾಳಕಡಿ ತರತೀನಿ ಅಂದಾವ!

**ಬಸಪ್ಪ:** ಬರತಾನ ಬಿಡು. ಆ ಗೌಡ ಹಂಗ ಬಿಡತಾನೇನು?

**ತಾರಕ್ಕ:** ನೀ ಏನ್ ಮಾಡಾಕತ್ತಿ?

**ಬಸಪ್ಪ:** ಕಾಣತಿಲ್ಲೇನ? ಕುರುಪಿ ಹದನ ಮಾಡಾಕತ್ತ್ಯಾನ...

**ತಾರಕ್ಕ:** ಅದನ್ನ ಹದನ ಮಾಡಿ ಏನ ಮಾಡಾವಿದ್ದಿ? ಅಡವ್ಯಾಗೇನ ಬೆಳಿನೋ ಕಸಾನೋ?

**ಬಸಪ್ಪ:** ಗೌಡನ ಕಾಲ ಕತ್ತರಿಸಾಂವ ಅದೀನಿ... *(ತಮಾಶೆಯಾಗಿ ವಿಚಿತ್ರ ನಕ್ಕ.)* ದಗದಿಲ್ಲ ಬಡಗ್ಯಾ ಅದೇನೋ ಅಂತಾರಲ್ಲ... ಮತ್ತೇನ ಮಾಡಲಿ?

**ತಾರಕ್ಕ:** ದನಗಳ ಗತಿಯೇನು ಅಂತೀನಿ?

**ಬಸಪ್ಪ:** ಮತ್ತಿನ್ನೇನು ಕಸಾಬರಿಗಿ ಕೊಡೋದು!

**ತಾರಕ್ಕ:** *(ತಟ್ಟನೆ ಸಿಟ್ಟಿಂದ)* ಏನಂತ ಮಾತಾಡತಿ? ಮನಸ್ಯಾನೋ ದನಾನೋ? ಅವುಗಳು ಹೈನ ನೀಡಿ ನಮ್ಮನ್ನ ಸಾಕ್ಯಾವು! ತಿಳಕೊಂಡ ಮಾತಾಡು...

**ಬಸಪ್ಪ:** ತಿಳಕೊಂಡ ಅಂದ್ನಿ... ಒಣ ಕಣಕಿ ಮುಗ್ಯಾಕ ಬಂತು... ಕೊಟ್ಟಿಗ್ಯಾಗೇನ ಮೈಗಿ ಉಪ್ಪಚ್ಚಿಕೊಂಡ ಅಡ್ಡ ಬೀಳೋದೇತಿ!

**ತಾರಕ್ಕ:** ಒಂದ ಮಳೀ ಸರುವು ಆದರ ಸಾಕೋ, ನೆಲ ಹಸರ ಆಕ್ಕೇತಿ, ಕುಡ್ಯಾಕ ನೀರಾಗತಾವು ಹಂಗ್ಯಾಕ ಅಂತಿ?

**ಬಸಪ್ಪ:** ಬರತೇತಿ ಬರತೇತಿ ಹಾದಿನೋಡ...

*(ಅಷ್ಟರಲ್ಲಿ ರೋಧಿಸುವ ಧ್ವನಿಗಳು ಕೇಳಿ ಬರತಾವು)*

**ತಾರಕ್ಕ:** ಅದ್ಯಾರ ಹ್ವಾದರು? ಅಳೊ ದನಿಗಳು!

**ಬಸಪ್ಪ:** ಅದ ಸಂದಿಯೊಳಗಿನಮನಿ ಶಂಕರನ ಮನೀಂದ, ಹೆಣಗಳ ತಂದರಂತ ಕಾಣತೇತಿ... ಬರ ಅಂತ ಕೂಲಿ ಹುಡುಕೊಂಡ ಹ್ವಾದ ಜೀವಗಳು ಅತ್ತ ಹ್ವಾದ್ವು... ಅಕ್ಸಿಡೆಂಟಿನ್ಯಾಗ...!

**ತಾರಕ್ಕ:** ಮೂರ ಮಂದಿ ಹ್ವಾದರಂತ ಅಲ್ಲ? ಯಾಡ ಕಂದವ್ವಗೊಳನ್ನ ದೊಡ್ಡ ದವಾಖಾನ್ಯಾಗ ಹಾಕ್ಯಾರಂತ...

**ಬಸಪ್ಪ:** ಎಲ್ಲಾ ತಿಳಕೊಂಡಿ ಮತ್ತ ಕೇಳಾಕತ್ತಿ?

**ತಾರಕ್ಕ:** ಗೌರಿ ಹೇಳಿತ್ತೊ! ಇನ್ನೂ ಸಾಲಿಂದ ಬಂದಿಲ್ಲ ಅವಳು?

**ಬಸಪ್ಪ:** ಅವ್ಳು ಸಾಲಿಂದ ಬಂದಿಲ್ಲ... ಅಪ್ಪ ಕಾಳಕಡಿ ಅಂತ 'ದೇವೇಂದ್ರ ಪಾಟೀಲ'ರ ಮನಿಂದ ಬಂದಿಲ್ಲ...

**ತಾರಕ್ಕ:** ಈಕಾ ಮನ್ಯಾಗ ಬೀಸ್ಯಾನಂದರ ಮುಟ್ಟಿಗಿ ಜ್ವಾಳಿಲ್ಲ... ಕುದಿಸ್ಯಾನಂದರ ಅಕ್ಕಿಲ್ಲ... *(ತಡೆದು)* ಬಸೂ ಗೌಡರ ಕಡೀ ಹೋಗಿಯಾದ್ರೂ ಬರತಿ ಏನು ನೋಡು...

*(ರಾಮಪ್ಪ ಬರುವನು.ಸಪ್ಪಗಿ ಮುಖ.)*

**ಬಸಪ್ಪ:** *(ರಾಮಪ್ಪ ಬರಿಗೈಲಿ ಬಂದದ್ದು ನೋಡಿ)* ಬಂದ ನೋಡು! *(ತಡೆದು, ನೋಡಿ)* ಅಪ್ಪ, ಆ ಗೌಡ ಭಾಳ ಖಂವಟ ಮನಸ್ಯಾ... ಅಕ್ಕಿನ ಕಾಳಾಬಾಜಾರದಾಗ ಮಾರಾಷ್ಟ್ರದ ಸಾಂಗಲಿ–ಇಚಲಕರಂಜಿಗಿ ಮಾರತಾನು... ಆದರ ಜೀತ, ಚಾಕರಿ ಮಾಡೋ ಜೀವಕ ಮಾತ್ರ ಕೊಡಾಂಗಿಲ್ಲ...

*(ತಡೆದು)* ಅದಕ್ಕ ಆ ಗೌಡ ಎಲ್ಲಿ ಕೊಡತಾನು ಅಂದಿದ್ನಿ? ಕೊಟ್ಟರ ಮತ್ತಷ್ಟ ವರ್ಷ ಜೀತಕ್ಕ ಇಟಗೋತಾನು ರಾಕ್ಷಸ...

**ರಾಮಪ್ಪ:** ತಾರೀ, ಎಷ್ಟ ಜೀವಾಳೀಲೆ ಕೇಳಿದ್ನಿ... ಅವ್ನ ಕಲ್ಲಂಥ ಮನಸ ಕರಗಲಿಲ್ಲ... ಆದರ ಇಂದವ್ವ 'ದುಡಿತಾವು ಕೊಡ್ರಿ' ಅಂದ್ಳು, ಆದರ ಗೌಡ ದುರಗುಟ್ಟಿ ನೋಡಿ ಆಕೀನ ಸುಮ್ಮಕ್ಕಿರಿಸಿದ...

**ತಾರಕ್ಕ:** ಇಂದವ್ವದ ಏನೂ ನಡಿಯೋ ಹಂಗಿಲ್ಲ... ಆಕೀದೂ ತಾಯಿ ಕಳ್ಳ!

*(ಗೌರಿ ಶಾಲೆಯಿಂದ ಬರುವಳು. ಆಕಿ ಸ್ಕೂಲ್ ಚೀಲಾನ ಒಳಗಿಟ್ಟು ಬಂದು ಇವರ ಬಳಿ ಕೂರುವಳು.) (ಅಪ್ಪನಿಗೆ ಅಪ್ಪಿಕೊಳ್ಳುವಳು.)*

**ತಾರಕ್ಕ:** ಬಂದೀ ಕೂಸ, ಒಳಗ ನೆಲುವಿನ ಮ್ಯಾಲ ನುಚ್ಚಿಟ್ಟಿನಿ ನೋಡ, ಉಂಡ ಬಾ...

**ಗೌರಿ:** ಹಸಿವಿಲ್ಲ. ಆಮ್ಯಾಲಕ ಉಂತೀನಿ...

**ರಾಮಪ್ಪ:** ನಮ್ಮ ಹಸವು ನೀರಡಿಕಿ ತಣಿಸಾಕಿ ಅಂದರ ನಮ್ಮ ಗೌರವ್ವಳ...

*(ಗೌರಿ ನಗು ಮುಖದಿಂದ ಅಪ್ಪನ ಬಳಿ ಕೂರುವಳು.)*

**ಗೌರಿ:** ಅಪ್ಪಾ... ಮತ್ತ ಗೌಡರವಾರ್ಡೇಕ್ಕ ನೀ ಹೋಗಾಂವಲ...

**ರಾಮಪ್ಪ:** ಹೌಂದ ಮಗಳ, ಹೋಗಾಕ ಬೇಕಲ್ಲ!

**ಗೌರಿ:** ನೀ ಹೋಗು ಮಟ ನಿನ್ನ ತೊಡಿಮ್ಯಾಲ ಕುಂದರತ್ಯಾನ...

**ರಾಮಪ್ಪ:** ಕುಂದರ ಮಗಳ... *(ಮಗಳನ್ನ ಅಪ್ಪುವನು.)* ಮತ್ತ ಎಂದ ಕಳಿಸತಾನೋ ಗೌಡ ಕುಂದರು ನನ್ನವ್ವ!

**ಗೌರಿ:** ಅಪ್ಪ ನಾ ಭಾಳ ಸಾಲಿ ಕಲಿತ ನಿನಗ ಗೌಡರ ಕಡಿಂದ ಬಿಡಿಸಿ ತರತ್ಯಾನ... ಏನೂ ಚಿಂತಿ ಮಾಡಬೇಡ...

*(ಅವಳ ಈ ಕರುಳಿಗೆ ಹತ್ತುವ ಮಾತು ಕೇಳಿ ರಾಮಪ್ಪ ಭಾವುಕನಾಗುವನು.)*

**ರಾಮಪ್ಪ:** ಎಂಥ ನೆಮ್ಮದಿ ತರೋ ಮಾತ ಅಂದಿ ನನ್ನವ್ವ... ನೀನ ನಮ್ಮ ಭರೋಸೆ ಅಲ್ಲೇನು?

*(ಅಣ್ಣಪ್ಪ ಬರುವನು.)*

ನೀ ಯಾಕಡಿಂದ ಬಂದಿ? ಗೌಡ ಕೇಳಾಕತ್ತಿದ್ದ...

**ಅಣ್ಣಪ್ಪ:** ಗೌಡ್ನ ಮನಿ ಹಾಳಗೆಡವು... ಭಲೋ ಬಾತಮಿಗಳು ಕೇಳಿ ಬರಾಕತ್ತಾವು...

**ರಾಮಪ್ಪ:** ಅಂಥಾದ್ದೇನಪ? ಗೌಡನು ಏನೋ ಚಡಬಡಿಸತಿದ್ದ...

**ಅಣ್ಣಪ್ಪ:** ನಾ ಅಗಸ್ಯಾಗಿಂದನ ಬಂದ್ನಿ... ಲಾಲಬಾವುಟ ಹೋರಾಟ ಮಾಡೋ ಜೋಶಿಬುವಾ ಸಿಕ್ಕಿದ್ದ...

**ರಾಮಪ್ಪ:** ಏನ ಅಂತಿದ್ದ?

**ಅಣ್ಣಪ್ಪ:** ಅಂವ ಕಣ್ಣಕಟ್ಟಿದಂಗ ಹೇಳತಿದ್ದ, ಕೇಳ ಹೇಳತೀನಿ...

**ರಾಮಪ್ಪ:** ಹುಂ...

*(ಸ್ಥಾನಕ್ಕೆ ಕತ್ತಲ. ಬೆಳಕು. ಆಯ್ದ ಜಮೀನುದಾರರು ಸಭೆ ಸೇರಿದ್ದಾರೆ. ದೇವರಾಜ ಅರಸರು ತರುವ ಭೂ ಸುಧಾರಣೆ ಕಾಯ್ದೆಯಿಂದ ತಮಗಾಗುವ ಪ್ರತಿಕೂಲ ಪರಿಣಾಮಗಳ ಬಗೆಗೆ ಚರ್ಚಿಸುವರು.)*

**ದೇವೇಂದ್ರ:** ನಮ್ಮ ಕಾಲಕೆಳಗಿನ ಉಸುಕು ಜಾರಲಾಕ ಹತ್ತೇತಿ... ಏನಾರ ತಜಿಬಿಜಿ ಮಾಡನ ಬೇಕು! ಏನು ಮಾಡೋದು ಅಂಬೋದು ನಿರ್ದಿಷ್ಟ ತಿಳಿತಿಲ್ಲ...

**ಶಿವನಗೌಡ:** ನಾವೆಲ್ಲರು ಏಕಜೂಟ ಆಗದಿದ್ದರ ನಮ್ಮ ಕೈಯಾಗ ಪೊರಟಿ ಬರತತಿ ತಿಳಕೋರಿ...

**ಕುಲಕರ್ಣಿ:** ನೋಡ್ರಿ, ಇದರ ಇತಿಹಾಸ, ಭೂಗೋಲ ತಿಳಕೋಬೇಕಾಗತದ... ಸ್ವಾತಂತ್ರ್ಯ ಸಿಗೋ ಪೈಲೆದಿಂದಲೂ ಸಾಮಾಜಿಕ ಮತ್ತ ಆರ್ಥಿಕ ಸಮಾನತೆ ಚರ್ಚೆನ ಗಾಂಧಿ ತಾತ ಮಾಡಿಕೊಂತ ಬಂದಾನ... ಆಗಿಂದಲೂ ಉದ್ಯಮದವರ ಮತ್ತ ಜಮೀನದಾರರ ಬಲದ ಒತ್ತಡಗಳೂ ಇದ್ವು... ನಂತರ ಭಾರತ ಸರಕಾರದೊಳಗ ಪ್ರಯತ್ನಗಳು ನಡೆದ್ವು... ಆದರ ಏನೂ ಆಗಿಲ್ಲ... ಅದಕ್ಕ ರೈಟಿಸ್ಟ್‌ವಿಂಗ್ ಅಂದರ ನಮ್ಮಂಥೋರು ಅವಕಾಶ ಮಾಡಕೊಟ್ಟಿಲ್ಲ... ಈಗ ಲೆಫ್ಟಿಸ್ಟ್ ಅಂದರ ಕಮ್ಯುನಿಸ್ಟರು ಬಂಡವಾಳಿಗರ ವಿರುದ್ಧ ಭೂ ಸುಧಾರಣಾ ಪರ ದನಿಯೆತ್ತತಾ ಇದಾರ...

ನೆಹರೂಜಿಯವರದ್ದು ಹುಂಕಾರ ಅದನ... ಆ ಧಾರೆಯೊಳಗ ಬಂದ ಅರಸರಿಗಿ ಬಡೋರ ಬಗ್ಗೆ ಅಂತಃಕರಣ ಅದ, ಪ್ರೀತಿ ಅದ! ಅದನ್ನ ಹೆಂಗ ತಡಿಯೋದು?

**ಶಿವನಗೌಡ:** ಇದೇನ ಲೆಫ್ಟೋ, ರೈಟೋ ನಮಗ ತಿಳಿಯಾಣಿಲ್ಲ ಬಿಡ್ರಿ.

**ದೇವೇಂದ್ರ:** *(ವಿಶಿಷ್ಟ ಭಂಗೀಲಿ)* ರಷ್ಯಾ ದೇಶದ ಕುಡಗೋಲು ಹತೋಡೆಯಿಲ್ಲ... ಆ ಪಾರ್ಟಿ ಭಜನಾ ಮಂಡಳಿಗಳು!

**ಶಿವನಗೌಡ:** ಅದ ಲಾಲಬಾವುಟದ ಮಂದಿ! *(ಕುಲಕರ್ಣಿಯವರಿಗೆ)* ಆ ನಿಮ್ಮ ಜೋಶಿ ಬುವಾನ ನೇತೃತ್ವದೊಳಗ ಉತ್ತಮರ ಹುಡುಗೋರು ಕೂಡಾಕತ್ತಾವು...

**ತಿಪಸೆಟ್ಟಿ:** ಅದನ್ನ ಹೇಳಾವ ಇದ್ನಿ... ನಮ್ಮ ಹುಡುರಗರ ತಲಿ ಕೆಡಿಸಲಿಕ್ಕೆ ಹತ್ಯಾರಂತ... ನಮ್ಮ ವಿರುದ್ಧ ಆ ಜೋಶಿಬುವಾನ ಮುಖಂಡತ್ವದೊಳಗ ಈ ಕಾಯಿದೆ ಪರವಾಗಿ ಜಾಗೃತಿ ಮೂಡಿಸಾಕತ್ತಾರಂತ!

**ಶಿವನಗೌಡ:** ಶೆಟ್ಟರ ನಿಮ್ಮದೇನು? ಜಮೀನ ಹ್ವಾದ್ರು ವ್ಯಾಪಾರೇತಿ, ಕುಲಕರ್ಣಿಯವರಿಗಿ ವಕೀಲಕಿ ಐತಿ... ನಮ್ಮದ ಹೇಳ್ರಿ ಹೊಯಕೊ ಬಡಕೋ...

**ತಿಪಸೆಟ್ಟಿ:** ಆದರೂ ಕಳಕೊಳ್ಳೋದ ಯಾರಿಗಾದರೂ ಬೇಕಿರತೈತೇನು? *(ತಡೆದು)* ಕುಲಕರ್ಣ್ಯಾರ ಹಳೆ ಮೈಸೂರ ಮಂದೀದು ಏನು ಹಕಿಕತ್ತು?

**ಕುಲಕರ್ಣಿ:** ಸೆಟ್ರ ಪೇಪರನ್ಯಾಗ ಬಂದದ... ನಮ್ಮ ತಳಮಳ ಅವರದೂ... ಆದರ ಅರಸರಿಗಿ ಪೂರಕವಾಗೋ ಯುವಕರ ಪಡೆನೂ ಹೋರಾಟ ಮಾಡಲಿಕ್ಕೆ ಹತ್ತೇದ ಎಲ್ಲ ಕಡಿ... ಸಮಾಜವಾದ, ಸಮಾನತೆ ಪಿತ್ತ ನೆತ್ತಿಗೇರಿಸಿಕೊಂಡವರು... ಇನ್ನ ರಂಗನಾಥ, ಬಸವಲಿಂಗಪ್ಪ, ಹುಚ್ಚಮಾಸ್ತಿಗೌಡರು, ಶೆಟ್ರು– ಇವರಂತು ಅದಾರನ...

**ತಿಪಸೆಟ್ಟಿ:** ಇದಕ್ಕ ಅನ್ನೋದು ರಾಜಕಾರಣದ ಮುತ್ಸದ್ಧಿತನ... ನಿಮ್ಮ ಜೋಶಿ ಬುವಾ ಬಂದರ, ಛಲೋ ಒತ್ತಡ ತಂದು ನಿಲ್ಲಿಸಬೇಕ ಅವರ ಭಾನಗಡೀನ!

**ಕುಲಕರ್ಣಿ:** ಇದು ಒತ್ತಡ ತಂದ ನಿಲ್ಲಿಸೋ ಮಾತಲ್ಲ... ಇದು ಸುಧಾರಣಾ ಕಾನೂನುಗಳ ಕಾಲ... ಜೋಶಿಬುವಾರು ಮುದ್ದಾಮ್ ನಮ್ಮನ್ನ ಕಾಣೋರ ಅದಾರ ಅಷ್ಟ...

*(ಅಷ್ಟರಲ್ಲಿ ಜೋಶಿಬುವಾ ಅವರ ಜೊತೆಗಾರರಾದ ರುದ್ರಗೌಡ, ವೀರಗೌಡ ಬರುವರು.)*

ಬಂದ ಬಿಟ್ಟರು ನೋಡ್ರಿ...

*(ಪರಸ್ಪರ ಕೈಮುಗಿದು ವಂದಿಸುವರು.)* ಕೂಡ್ರಿ... *(ತುಸು ಮೌನ.)*

**ದೇವೇಂದ್ರ:** ನೀವ್ ಎಲ್ಲ ಕೂಡಿ ಏನ ಹೊಸಾದ ನಡಸೇರಿ?

**ಶಿವನಗೌಡ:** ಈ ರಾಜಕೀಯ ಭಾನಗಡಿಯೊಳಗ ಬೀಳಬ್ಯಾಡ್ರಿ... ನಮ್ಮ ಕಣ್ಣಾಗ ನಮ್ಮ ಬೆರಳಿಂದ ಚುಚ್ಚೋ ಪ್ರಯತ್ನ ಐತಿಯಿದು...

**ತಿಪಸೆಟ್ಟಿ:** ನೋಡ್ರಿ... ಇದರಿಂದ ಲುಕ್ಸಾನು ಯಾರಿಗಿ ಅಂತ ಇಚಾರ ಮಾಡ್ರಿ?

**ದೇವೇಂದ್ರ:** ಇದ್ಯಾನ ಅರಸು ಮಹಾರಾಜಾ ಮಾಡಾಕ ಹೊಂಟಾನಲ್ಲ... ಇದರಿಂದ ನಾಳಿ ಹೊಲದಾಗ ಕಸ ಕೀಳೋಕು ಆಳ ಸಿಗಲಿಕ್ಕಿಲ್ಲ ಆದೀತು!

**ಜೋಶಿ:** *(ತಟ್ಟನೆ)* ಹೊಲಗಳು ನಿಮ್ಮ ಹೆಸರ ಮ್ಯಾಲ ಇದ್ದರ ತಾನ ಕಸಕೀಳೋ ಸಮಸ್ಯೆ ಹುಟ್ಟಿಕೊಳ್ಳೋದು?

**ದೇವೇಂದ್ರ:** ಅಂದರ? ಏನಿದು ಮಾತಿನರ್ಥ? ನಿಮಗ ನೀವ ಮಾರಿಕೊಂಡೇರಿ...

**ಜೋಶಿ:** ನಾವು ಮಾರಿಕೊಂಡೊರಲ್ಲ... ಮಾನ ಇಟುಕೊಂಡೋರು... ಮೌಲ್ಯಗಳನ್ನ ಉಳಿಸಾಕ ಹೊಂಟವರು... ನಿಮದು ತಳಬುಡ ಇಲ್ಲದ ಮಾತುಗಳು... ನೀವೀಗ ನಿಮ್ಮ ಬಗ್ಗಿ ವಿಚಾರ ಮಾಡ್ರಿ...

**ರುದ್ರಗೌಡ:** ಬರ ಬಿದ್ದೇತಿ... ಮಂದಿ ವಲಸಿ ಹೋಗಲಿಕ್ಕೆ ಹತ್ತ್ಯಾರ ಯಾಕ? ದನ, ಬಡವ– ಅನ್ನ, ಮೇವಿಲ್ಲದ ಸಾಯಾಕತ್ತಾರ ಯಾಕ? ಊರ ಬಿಡಾಕ ಹೋಗಿ ಅಪಘಾತಾಗಿ ಸಾಯಾಕತ್ತಾರ ಯಾಕ? ತುಸುನಾದ್ರೂ ಇಚಾರ ಮಾಡೇರಿ? ನಿಮಗ ಆಸ್ತಿ ಮತ್ತ ಹಣ ಮುಖ್ಯ ಆಗೇತಿ. ಜೀವಲ್ಲ!

**ವೀರನಗೌಡ:** ನಿಮ್ಮಗಳ ಬದುಕಿಗೊಂದ ಮಾನವೀ ತತ್ವ ಇದ್ದಿದ್ದರ ಖಂಡಾಪಟ್ಟಿ ಇರೋ ಕಾಳು ಕಡೀನ ಬಡೋರಿಗಿ ಹಂಚತಿದ್ರಿ... ಕಾಳಬಾಜಾರದಾಗ ಮಾರತ್ತಿದ್ದಿಲ್ಲ...

*(ದೇವೇಂದ್ರ, ಶಿವನಗೌಡ, ತಿಪಶೆಟ್ಟಿ ಅವರಿಗೆ ಕಸಿವಿಸಿ. ಕುಲಕರ್ಣಿ ಸ್ಥಿತಪ್ರಜ್ಞನಾಗಿರುವನು.)*

ಮನಸ್ಯಾಗ ಮನುಷತ್ವ ಮುಖ್ಯ ಆಗಬೇಕು... ಇಲ್ಲಿತನ ಸಾಮಾಜಿಕ ಮತ್ತ ಕೌಟುಂಬಿಕ ಜೀವನದೊಳಗ ಅಧಿಕಾರ, ಸಂಪತ್ತ ಅನುಭವಿಸೇರಿ ಬೇರೆಯವರು ಒಂದೀಟು ಅನುಭವಿಸಲಿ ಬಿಡ್ರಿ...

**ರುದ್ರಗೌಡ:** ನೀವಿನ್ನು ಪೇಶ್ವಾಯಿ, ಮೊಘಲಾಯಿ ಒಳಗ ಅದಿರೇನು?

**ಶಿವನಗೌಡ:** *(ಕುಲಕರ್ಣಿಯವರಿಗೆ)* ವಕೀಲರ ನೀವೇನು ಮಾತಾಡತಾನ ಇಲ್ಲಲ?

**ಜೋಶಿ:** ಅವರ್ಹೆಂಗ ಮಾತಾಡತಾರು... ವಕೀಲರು ಆವರು... ಅವರಿಗೆಲ್ಲ ಗೊತ್ತಾಗಿರಬೇಕು... ನೆಹರೂಜಿಯ ಕನಸು ಇದ ಆಗಿತ್ತು... ಎಲ್ಲ ರಾಜ್ಯಗಳಲ್ಲಿಯೂ ಅಗಬೇಕಿತ್ತು... ಆದರ ಆಗ ಕೊಟ್ಟೋರು ಅರಸರೂ ಮಾತ್ರ...

**ಶಿವನಗೌಡ:** ಆಂ! ಏನಂದಿ?

**ತಿಪ್ಪಶೆಟ್ಟಿ:** ಕಲ್ಲ ಬಿತ್ತ ತಲಿಮ್ಯಾಲ!

**ದೇವೇಂದ್ರ:** ಅಂತೂ ನಮ್ಮಗಳ ಮನಿಮ್ಯಾಲ ಕುಂಟಿ ಕೂರಗಿ ಹೊಡದ ಬಿಟ್ರಿ!

**ಜೋಶಿ:** ನೀವು ನಮಗಿಂತ ದೊಡ್ಡೋರು, ಹಿರಿಯರು... ಪರಿಸ್ಥಿತಿ ಅರ್ಥ ಮಾಡಿಕೋರಿ... ಭ್ರಮಾದಿಂದ ಹೊರಗ ಬರ್ರಿ... ಅರಸರು ತಮ್ಮ ರಾಜಕೀಯ ಪ್ರೌಢಿಮೆ ಮೆರೆದಾರ, ಧೈರ್ಯತೋರ್ಸ್ಯಾರ... ಮುಖ್ಯವಾಗಿ ಭೂಸುಧಾರಣ ಶಾಸನ, ಜೀತ ವಿಮೋಚನ, ಮಲ ನಿಷೇಧ ಕಾನೂನು– ಇವುಗಳನ್ನ ತಂದ ಬಿಟ್ಟಾರ... ಗಾಂಧಿ,ನೆಹರೂ ಹೇಳಿದ್ದನ್ನ ಜಾರಿ ತರೋ ಕಾರ್ಯ ಚಟುವಟಿಕೆಗಳು ಸುರುವು ಆಗ್ಯಾವು... ನೀವು ಧಾರಾಳತನದಿಂದ ಒಪ್ಪಬೇಕು... ಒಪ್ಪದಿದ್ದರೂ ಗಡುವು ನೀಡಿ ಸಾಗುವಳಿ ಮಾಡುವಾತನಿಗಿ ಹಂಚಲಾಗತದ...

ಇನ್ನಾರು ಗುಲಾಮರಲ್ಲ... ಆಸ್ತಿ ವಂಚಿತಾಗಿರಲ್ಲ... ಹಿಡಿಭೂಮಿ, ಮುಟ್ಟಿಗಿ ಕಾಳು ಬಡವನ ಹಕ್ಕಿನದು ಆಗತದ...

*(ದೇವೇಂದ್ರ, ಶಿವನಗೌಡ, ತಿಪ್ಪಸೆಟ್ಟಿ ತಲೆಗೆ ಕೈಹಚ್ಚಿ ಕುಳಿತುಕೊಳ್ಳುವರು. ಕುಲಕರ್ಣಿ ಸ್ಥಿತಪ್ರಜ್ಞನಾಗುವನು. ಕತ್ತಲೆ.)*

**ಜಾದುಗಾರ:** *(ಪ್ರೇಕ್ಷಕರತ್ತ)* ಹಾಂ... ಎಲ್ಲಾ ನಿಚ್ಚಳಾತು... ಮಲ ತುಂಬಿದ ಬುಟ್ಟಿ ಮಾಯಾತು... ಸಲಿಕೆ ಗುದ್ದಲಿ ಯಾರ ಕೈಗೆ ಹೋಗಬೇಕಿತ್ತೋ ಅಲ್ಲಿಗಿ ಹೋಯಿತು...

*(ಪ್ರೇಕ್ಷಕರೊಬ್ಬನು ಕರೆಯುವಂತೆ)* ಏಯ್ ಸಾಹೇಬರ ಇಲ್ಲಿ ಬರ್ರಿ... ಅರೆ ಬರ್ರಿ ಮಾರಾಯರ... ಆಂ? ಒಲ್ಲೆ ಅಂತೀರಿ...! ರೀ ನಿಮಗೊಂದ ಗುಟ್ಟ ಹೇಳೋದೈತಿ ಬರ್ರಿ... *(ಯಾರೂ ಬರುವುದಿಲ್ಲ)* ಇರಲಿ ಬಿಡ್ರಿ, ಗುಟ್ಟ ರಟ್ಟ ಮಾಡೇ ಬಿಡ್ತೀನಿ... ಅದ್ಯಾನಂದರ... ಮ್, ಬುಟ್ಟಿ ಹೋತು... ಸಲಿಕಿ ಗುದ್ದಲೀನೂ ಎಲ್ಲಿ ಹೋಗಬೇಕೊ ಅಲ್ಲಿಗಿ ಹೋತು ಅಂದಿನಲ್ಲ... ಮುಂದ!? ಮುಂದ ಕೇಳ್ರಿ...

ಅರಸರದು ದೂರದೃಷ್ಟಿ ಎಷ್ಟು ಪ್ರಖರಿತ್ತು ಅಂದರ... ಎಮರ್ಜನ್ಸಿ ಒಳಗ ಒಂದ ಭಲೋ ದಗದ ಮಾಡಿದ್ರು... ಅದ್ಯಾನಂದರ– ಬಡವರ ಒಡವೆ, ಬೆಲೆ ಬಾಳೋ ವಸ್ತುಗಳನ್ನ ಸಾವುಕಾರರು, ಸಿರಿವಂತರು ತಮ್ಮ ಬಳಿ ಇಟಕೊಂಡ ಬಡ್ಡೀಲೆ ರೊಕ್ಕಾ ಕೊಡತಿದ್ರ... ಈ ಬಡೋರು ಚಡಪಡಸುತಿದ್ದು ಪಾಪ... ಎಮರ್ಜನ್ಸಿ ಇತ್ತಲ್ಲ... ಯಾರೂ ಕಮಕ್ ಕಿಮಕ್ ಅನ್ನೋ ಹಂಗಿರಲಿಲ್ಲ... ಆಗ ಆ ರೊಕ್ಕ ತಗೊಂಡಾವರ ಕಡೀಂದ ವಾಪಸು ಕೊಡಿಸಿದರು...

ಅದಷ್ಟ ಅಲ್ಲ, ಇನ್ನೂ ಒಂದ ಅತ್ಯಂತ ಮಹತ್ವದ್ದಂದರ, ಇವತ್ತ್ಯಾನ ನೀವ್ ಸಿಲಿಕಾನ್ ಸಿಟಿ ಅಂತೀರೆಲ್ಲ! ಅದಕ್ಕ ಭದ್ರ ಬುನಾದಿ ಹಾಕಿದೋರು ಮತ್ತಾರೂ ಅಲ್ಲ, ನಮ್ಮ ಅರಸರು... ಅಂದು ಆಧುನಿಕ ತಂತ್ರಜ್ಞಾನದ ಎಲೆಕ್ಟ್ರಾನಿಕ್ ಸಿಟಿಗಿ ಶಂಕು ಸ್ಥಾಪನಾ ಮಾಡಿದೋರೇ ಇವತ್ತ ಜಗತ್ತ ನಮ್ಮ ಕಡೀ ನೋಡು ಹಂಗ ಮಾಡಿದೋರು ಅನ್ನೋ ಖುಷಿ

ಅದ ಅಲ್ಲ, ಬೆಲಿ ಕಟ್ಟಲಾರದ್ದು... ಅಂದಿನ ಕನಸುಗಾರರೇ ನಮ್ಮರಸರು... *(ಮತ್ತೆ ಪ್ರೇಕ್ಷಕರನ್ನು ಉದ್ದೇಶಿಸಿ)*

*(ಬಾಬುರಾವ, ಬಾಬುರಾವನ ತಾಯಿ, ಬಾಜಿರಾವ, ಪ್ರೊ. ಗೌರಿ, ಅವರಪ್ಪ ರಾಮಪ್ಪ, ಡಾ.ಕಲ್ಲೂರ ಅವರು ಒಬ್ಬೊಬ್ಬರು ರಂಗದ ನಡುವೆ ಬರುವರು.)*

ನಮ್ಮ ಬಾಬುರಾವ, ಬಾಬುರಾವನ ತಾಯಿ, ಬಾಜಿರಾವ, ಪ್ರೊ.ಗೌರಿ, ಅವರಪ್ಪ ರಾಮಪ್ಪ, ಡಾ.ಕಲ್ಲೂರ ಇವರೆಲ್ಲ ನಿಮ್ಮ ಕಣ್ಮುಂದ ಅದಾರ... ಆತ ಪ್ರೇಕ್ಷಕರ ಆತು... ನನ್ನದು ಇವರದು ದಗದ ಆತು... ಇನ್ನ ಏನಿದ್ದರ ಅದು ನಿಮ್ಮ ಜವಾಬದಾರಿ ಶುರುವಾತು ನೋಡ್ರಿ... ಬರ್‍ತೀವಿ... *(ನಿಧಾನಕ್ಕೆ ಕತ್ತಲೆ)*

*(ಮುಗಿಯಿತು)*

## ವೀರಲೋಕದ ಪ್ರಕಟಣೆಗಳು

1. ಕೈ ಹಿಡಿದು ನೀ ನಡೆಸು ತಂದೆ–ವಿಶ್ವೇಶ್ವರ ಭಟ್ ........ 250/–
2. ಶ್ವಸುಂದರಿ–ಕುಂ. ವೀರಭದ್ರಪ್ಪ ........ 160/–
3. ನಿಮಗೆಷ್ಟು ಹಣ ಬೇಕು?–ಅನಂತ ಹುದೆಂಗಜೆ ........ 250/–
4. ಆರ್ಟ್ ಆಫ್ ಸಕ್ಸಸ್–ರಮೇಶ್ ಅರವಿಂದ್ ........ 120/–
5. ಮನಿ ಮನಿ ಎಕಾನಮಿ–ರಂಗಸ್ವಾಮಿ ಮೂಕನಹಳ್ಳಿ ........ 160/–
6. ಇವರು ಅವರು ದೇವರು–ಜೋಗಿ ........ 200/–
7. ಲಾಸ್ಟ್ ಡೇಸ್ ಆಫ್ ಲೆಜೆಂಡ್ಸ್–ಗಣೇಶ್ ಕಾಸರಗೋಡು ........ 225/–
8. ಒಳ್ಳೆಯ ಬದುಕಿನ ಸೂತ್ರಗಳು–ರವಿ ಕೃಷ್ಣಾರೆಡ್ಡಿ ........ 150/–
9. ಸೋಲೆಂಬ ಗೆಲುವು–ದೀಪಾ ಹಿರೇಗುತ್ತಿ ........ 150/–
10. ಬೆಳ್ಳಿತೆರೆಯ ಬಂಗಾರದ ಗೆರೆ–ಗಣೇಶ್ ಕಾಸರಗೋಡು ........ 150/–
11. ನಟನ ಕಥೆ–ಮಂಡ್ಯ ರಮೇಶ್–ಎನ್. ಧನಂಜಯ ........ 250/–
12. ತ್ಯಾಗಕ್ಕಿಲ್ಲ ನೂಕುನುಗ್ಗಲು–ಡಾ. ಗವಿಸ್ವಾಮಿ ಎನ್. ........ 140/–
13. ಬದುಕೇ ಭಗವಂತ–ಡಾ. ಡಿ.ಎಸ್. ಶ್ರೀನಿವಾಸ ಪ್ರಸಾದ್ ........ 170/–
14. ಮಾದಕ ದೊರೆ–ಸಂತೋಷಕುಮಾರ ಮೆಹೆಂದಳೆ ........ 375/–
15. ದ್ವೈತ–ರಾಘವ್ ........ 140/–
16. ಹೃದಯದ ಮಾತು ಕೇಳಿ–ಮಂಜುನಾಥ್ ಚಾಂದ್ ........ 150/–
17. ಹಿಂದಿನ ನಿಲ್ದಾಣ–ಶುಭಶ್ರೀ ಭಟ್ಟ ........ 120/–
18. ಪ್ರೀತ್‌ಸು–ರಾಜೀವ ನಾರಾಯಣ ನಾಯಕ ........ 170/–
19. ಕೃಷಿ ಯಾಕೆ ಖುಷಿ?–ನರೇಂದ್ರ ರೈ ದೇರ್ಲ ........ 140/–
20. ಕ್ಷಯ–ಡಾ. ವಾಸುದೇವ ಶೆಟ್ಟಿ ........ 120/–
21. ಅರ್ಧ ಬಿಸಿಲು ಅರ್ಧ ಮಳೆ...–ಸದಾಶಿವ ಸೊರಟೂರು ........ 120/–
22. ಯಾರೂ ಹೇಳದ ಕಥೆಗಳು–(ಸಂ.) ಸುದರ್ಶನ ಚೆನ್ನಂಗಿಹಳ್ಳಿ ........ 150/–
23. ಕಥಾ ಸಾಗರಿ–ನಾಗವೇಣಿ ವೆಂ. ಹೆಗಡೆ ಹೆಗ್ಗರ್ಸಿಮನೆ ........ 120/–
24. ಮೆಮರೀಸ್ ಆಫ್ ಬಾಸರ್ಾ–ರಂಗಸ್ವಾಮಿ ಮೂಕನಹಳ್ಳಿ ........ 160/–
25. ಮೇರುನಟ–ಡಾ. ಶರಣು ಹುಲ್ಲೂರು ........ 120/–
26. ನಾ ಸೆರೆಹಿಡಿದ ಕನ್ಯಾಸ್ತ್ರೀ–ಶಶಿಧರ ಹಾಲಾಡಿ ........ 200/–
27. ಟ್ರಾಯ್–ಗಾಯಿತ್ರಿ ರಾಜ್ ........ 200/–
28. ಫಾರೆಸ್ಟರ್ ಪೊನ್ನಪ್ಪ–ನೌಶಾದ್ ಜನ್ನತ್ತ್ ........ 300/–
29. ವಿಶ್ವಯಾನಕ್ಕೆ ಗಣಿತವಾಹನ–ಎಸ್.ವಿ. ಶ್ರೀನಿವಾಸಮೂರ್ತಿ ........ 200/–
30. ಲೆಟ್ಸ್ ಮೇಕ್ ಎ ಶಾರ್ಟ್ ಫಿಲಂ–ಜಯರಾಮಾಚಾರಿ ........ 120/–
31. ಕುಣಿಗಲ್ ಟು ಕಂದಹಾರ್–ಮಂಜುನಾಥ್ ಕುಣಿಗಲ್ ........ 260/–
32. ಗದಾಯುದ್ಧಂ–ಡಾ. ಎಂ.ಎ. ಜಯರಾಮ್ ರಾವ್ ........ 350/–
33. ಫೀನಿಕ್ಸ್–ದೀಪಾ ಹಿರೇಗುತ್ತಿ ........ 120/–
34. ಹಿಟ್ಲರ್ ಲವ್ ಪಾಲಿಟಿಕ್ಸ್–ಸತೀಶ ಬಳೆಗಾರ ........ 170/–
35. ಭಾನುಮತಿಯ ಪರಿವಾರ–ಕುಮಾರಸ್ವಾಮಿ ತೆಕ್ಕುಂಜ ........ 140/–

36. ನೀ ದೂರ ಹೋದಾಗ–ಫೌಝಿಯ ಸಲೀಂ ............ 220/–
37. ವ್ಯಗ್ರ ಮತ್ತು ಇತರ ಕಾದಂಬರಿಗಳು–ಕುಮಾರ ಬೇಂದ್ರೆ ............ 180/–
38. ಸತ್ಯದ ಅನಾವರಣ–ಕೆ.ಎಸ್. ರಮಾಸುಂದರಿ ............ 100/–
39. ಅಂತಾರಾಷ್ಟ್ರೀಯ ಕುಂಬಳಕಾಯಿ ಮತ್ತು ಇತರ ಕಥೆಗಳು–ಅಬ್ದುಲ್ ರಶೀದ್ .120/–
40. ಅನಾಥ ಪ್ರೀತಿಯ ಅನುಬಂಧ–ಬಿ. ಮಂಜುನಾಥ್ ಕಾಮತ್ ಹಾಲಾಡಿ ............ 140/–
41. ಹಕ್ಕಿ ಮತ್ತು ಹುಡುಗಿ (ಕವನ ಸಂಕಲನ)–(ಸಂ.) ಪ್ರಜಾವಾಣಿ ಬಳಗ ............ 150/–
42. ಹಾವಿನ ಮನೆ–ಅನು ಬೆಳ್ಳೆ (ರಾಘವೇಂದ್ರ ಬಿ. ರಾವ್) ............ 250/–
43. ಈಗಲ್ಸ್ ಲೈನ್–ರಾಜೇಶ್ ಕುಮಾರ್ ಕಲ್ಯಾ ............ 220/–
44. ನಂಬಿಕೆಯೆಂಬ ಗಾಳಿಕೊಡೆ–ಡಾ. ಪ್ರೇಮಲತ ಬಿ. ............ 180/–
45. 10 ಕುಟುಂಬ 18 ಗೋತ್ರದ ಗೌಡ ಪರಂಪರೆ–
ಪುತ್ತೂರು ಅನಂತರಾಜ ಗೌಡ ............ 300/–
46. ಗಿಳಿಯು ಬಾರದೆ ಇರದು (ಕಥಾಸಂಕಲನ)–ಪಿ.ಎಸ್. ಶ್ರೀಧರನ್ ಪಿಳ್ಳ
(ಅನುವಾದ: ಮೇರಿ ಜೋಸೆಫ್) ............ 85/–
47. ಒಂದು ಆದಿಮ ಪ್ರೇಮ (ಕವನ ಸಂಕಲನ)–ನಂದಿನಿ ಹೆದ್ದುರ್ಗ ............ 150/–
48. ಮಣ್ಣೇ ಮೊದಲು... (ಕವನ ಸಂಕಲನ)–ಪಾಪುಗುರು ............ 120/–
49. ಬಿಂಜೆಮುಳ್ಳು (ಕವನ ಸಂಕಲನ)–ಫಾಲ್ಗುಣ ಗೌಡ ಅಚವೆ ............ 120/–
50. ಅಮೋಘವರ್ಷ–ಡಾ. ಲಕ್ಷ್ಮಣ ಕೌಂಟೆ ............ 420/–
51. ಗಾಯಗೊಂಡ ಸಾಲುಗಳು (ಕವನ ಸಂಕಲನ)–ಸದಾಶಿವ ಸೊರಟೂರು ............ 110/–
52. ನಿನ್ನ ಧ್ಯಾನದ ನೂರೊಂದು ಹಣತೆ (ಕವನ ಸಂಕಲನ)–ವಾಸುದೇವ ನಾಡಿಗ್ 170/–
53. ಕ್ರಿಕೆಟಾಯಣ–ಎಚ್. ಪ್ರೇಮಾನಂದ ಕಾಮತ್ ............ 230/–
54. ಹೂವಿನಕೊಲ್ಲಿ–ಅಬ್ದುಲ್ ರಶೀದ್ ............ 270/–
55. ಕನಸುಗಳ ಶ್ರಾದ್ಧ–(ಅನುವಾದ) ಡಾ. ಗೀತಾ ಸುನಿಲ್ ಕಶ್ಯಪ್ ............ 200/–
56. ವೀರ ಸಿಂಧೂರ ಲಕ್ಷ್ಮಣ–ಕೌಂಡಿನ್ಯ ............ 190/–
57. ಸಹಭಾಷಿಕರ ಕನ್ನಡ ಪ್ರೇಮ–ಡಾ. ಡಿ.ಎಸ್. ಶ್ರೀನಿವಾಸ ಪ್ರಸಾದ್ ............ 400/–
58. ಚಿತ್ರ–ವಿಚಿತ್ರ–ರವೀಂದ್ರ ವೆಂಶಿ ............ 220/–
59. ಜನಮಿತ್ರ ಅರಸು–ಡಾ. ಡಿ.ಎಸ್. ಚೌಗಲೆ ............ 80/–
60. ಹಂಸಾಕ್ಷರ–ಜಯರಾಮಾಚಾರಿ ............ 165/–
61. ನದಿಯೊಂದು ಕಡಲ ಹುಡುಕುತ್ತಾ–ಸಂತೆಬೆನ್ನೂರು ಫೈಜ್ನಟ್ರಾಜ್ ............ 180/–
62. ನೀಲಿ ಮತ್ತು ಸೇಬು–ಸುಧಾ ಆಡುಕಳ ............ 180/–
63. ಕಾಗೆ ಮೇಷ್ಟ್ರು–ವಿಕ್ರಮ ಹತ್ವಾರ ............ 125/–